കുഹൂ... കുഹൂ...

kuhoo... kuhoo...
stories
•
b m suhara
•
first chintha edition
july 2013
•
typesetting
chasimar, thiruvananthapuram
•
published
chintha publishers, thiruvananthapuram
•

•
cover
bloofish
•

വിതരണം
ദേശാഭിമാനി ബുക്ക് ഹൗസ്
H O തിരുവനന്തപുരം-695 035
www.chinthapublishers.com
chinthapublishers@gmail.com

ബ്രാഞ്ചുകൾ
ഹെഡ്ഓഫീസ് ബ്രാഞ്ച് കുന്നുകുഴി • ഓവർബ്രിഡ്ജ് തിരുവനന്തപുരം • കെ എസ് ആർ ടി സി ബസ് സ്റ്റേഷൻ ആലപ്പുഴ • കെ എസ് ആർ ടി സി ബസ് സ്റ്റേഷൻ എറണാകുളം • മച്ചിങ്ങൽ ലെയ്ൻ തൃശൂർ • ഐ ജി റോഡ് കോഴിക്കോട് • മാവൂർ റോഡ് കോഴിക്കോട് • എൻ ജി ഒ യൂണിയൻ ബിൽഡിങ് കണ്ണൂർ • സെൻട്രൽ ബസ് ടെർമിനൽ കോംപ്ലക്സ് താവക്കര കണ്ണൂർ

CO - 1925 / 3275

കുഹൂ... കുഹൂ...

കഥകൾ

ബി എം സുഹറ

ചിന്ത പബ്ലിഷേഴ്സ്
തിരുവനന്തപുരം-695 035

ബി എം സുഹറ

കോഴിക്കോട് ജില്ലയിലെ തിക്കോടിയിൽ ജനിച്ചു.

പിതാവ്: വൈദ്യേരകത്ത് മമ്മദുകുട്ടി ഹാജി.

മാതാവ്: ബടയക്കണ്ടി മാളിയേക്കൽ മറിയുമ്മ.

തിക്കോടി പ്രൈമറിസ്കൂൾ, കോഴിക്കോട് പ്രോവിഡൻസ് ഹൈസ്കൂൾ, പ്രോവിഡൻസ് കോളേജ് എന്നിവിടങ്ങളിൽ വിദ്യാഭ്യാസം.

കൃതികൾ: *കിനാവ്, മൊഴി, ഇരുട്ട്, നിലാവ്, നിഴൽ, ആകാശഭൂമികളുടെ താക്കോൽ* (നോവൽ), *ചോയിച്ചി, ഭ്രാന്ത്,* (കഥകൾ) *മലമുകളിലെ അപ്പൂപ്പൻ, കുട്ടികളുടെ അറബിക്കഥകൾ, ഏഴാങ്ങളമാരും ഒരു കുഞ്ഞുപെങ്ങളും, പവിഴപ്പുറ്റ്, പഞ്ചതന്ത്രം കഥകൾ, മന്ത്രമോതിരം* (ബാലസാഹിത്യം), *അമൃതപുത്രി, കൊട്ടാരത്തെരുവ്, സൈനിന്റെ കല്യാണം* (പരിഭാഷ), *മുഖാമുഖം* (അഭിമുഖങ്ങൾ).

പുരസ്കാരങ്ങൾ: ലളിതാംബിക അന്തർജനം സ്മാരക വിശേഷാൽ പുരസ്കാരം(1992), കെ ബാലകൃഷ്ണൻ സ്മാരക അവാർഡ് (2004), *ഇരുട്ടും നിലാവും* ഇംഗ്ലീഷിലേക്കും *മൊഴി* കന്നടയിലേക്കും വിവർത്തനം ചെയ്യപ്പെട്ടു. കേന്ദ്രസാഹിത്യ അക്കാദമിയുടെ ഇന്ത്യൻ ലിറ്ററേച്ചറിൽ കഥാപരിഭാഷകൾ പ്രസിദ്ധീകരിച്ചിട്ടുണ്ട്.

പദവികൾ: കേരള സ്റ്റേറ്റ് ലൈബ്രറി കൗൺസിൽ അംഗം, ഗ്രന്ഥാലോകം മാസികയുടെ പത്രാധിപ (1995-2001)

ഭർത്താവ് : എഴുത്തുകാരൻ ഡോ. എം എം ബഷീർ

മക്കൾ : അജ്മൽ ബഷീർ, അനീസ് ബഷീർ

കാർട്ടൂണിസ്റ്റ് ബി എം ഗഫൂറും എഴുത്തുകാരി ഉമ്മി അബ്ദുള്ളയും സഹോദരങ്ങൾ.

വിലാസം : മാളിയേക്കൽ
ചേവായൂർ (പി ഒ)
കോഴിക്കോട് - 673017

ഉള്ളടക്കം

മനോമണ്ഡലത്തിന്റെ അനന്വയദൃശ്യങ്ങൾ

മലയാളസാഹിത്യചരിത്രത്തിലും അത് പ്രതിബിംബിക്കുന്ന സാമൂഹ്യചരിത്രത്തിലും സവിശേഷസ്ഥാനമുള്ള നാമധേയമാണ് ബി എം സുഹറ. ഉത്തരകേരളത്തിലെ അഭിജാതമായ ഒരു മുസ്ലീം മരുമക്കത്തായത്തറവാട്ടിൽ പ്രതിഭാധനരായ സഹോദരങ്ങളുടെ ലാളനയേറ്റ് വളർന്ന ഒരു പെൺകുട്ടി മലയാളികളുടെ മുഴുവൻ സ്നേഹവാത്സല്യാരാധനകൾക്കു പാത്രമായെന്നതാണ് സാമൂഹികമായ പ്രാധാന്യം. *ഖുറാൻ* മുപ്പതും ഓതിത്തികയ്ക്കുകയും ഇസ്ലാംകാര്യങ്ങളും ഇമാൻ കാര്യങ്ങളും കാണാപ്പാഠം പഠിക്കുകയും ചെയ്തുകഴിഞ്ഞപ്പോൾത്തന്നെ മാളികയുടെ ഉള്ളറയുടെ ആവരണത്തിലേക്ക് തള്ളപ്പെടേണ്ടതായിരുന്നു. എന്നാൽ പ്രസിദ്ധമായ വനിതാകോളേജിൽനിന്ന് ബിരുദമെടുക്കണമെന്നും പ്രസിദ്ധ നിരൂപകനായ ഒരു അധ്യാപകശ്രേഷ്ഠന്റെ സഹധർമിണിയായി തിരുവനന്തപുരത്ത് ചെന്നുചേരണമെന്നുമായിരുന്നു ഈശ്വരനിശ്ചയം. വീട്ടമ്മയായി ഒതുങ്ങിക്കഴിയണമെന്ന് സ്വയം നിശ്ചയിച്ചുറപ്പിച്ചെങ്കിലും നല്ല നല്ല കഥകളും നോവലുകളുമെഴുതുകയെന്നതായിരുന്നു ആ പരമകാരുണികന്റെ കൽപ്പന. അങ്ങനെ ഇസ്ലാംമതത്തിന്റെ ഭിന്നഭാവങ്ങൾ പരിചയിക്കാനും അവയെ കേരളത്തിന്റെ പശ്ചാത്തലത്തിൽ വിലയിരുത്താനും വിശ്വമാനവികതയുടെ ഉദാത്തതകൊണ്ടപഗ്രഥിക്കാനും സുഹറയ്ക്ക് സാധിക്കുന്നു. ഈ പ്രക്രിയയിൽ *കിനാവ്, മൊഴി, ഇരുട്ട്, നിഴൽ, നിലാവ്* മുതലായ നോവലുകളും ചോയിച്ചി, ഭ്രാന്ത് എന്നീ കഥാസമാഹാരങ്ങളും ഏതാനും ബാലസാഹിത്യകൃതികളും രൂപപ്പെട്ടു. അവയുടെ തുടർച്ചയാണ് *കുഹൂ...കുഹൂ* എന്ന കഥാസമാഹാരം.

കഥകളിലൂടെ

പതിമൂന്നു കഥകളാണ് ഈ ഗ്രന്ഥത്തിലുള്ളത്. ഭാര്യ സാമൂഹ്യ

സേവനത്തിറങ്ങുന്നതു കാരണം അവഗണിക്കപ്പെടുന്ന ഒരു പെൻഷൻകാരൻ സോളമൻ എന്ന സുലൈമാൻ നബിയെപ്പോലെയും വിക്രമാദിത്യ ചക്രവർത്തിയെപ്പോലെയും പക്ഷിമൃഗാദികളുടെ ഭാഷ പഠിച്ചുതുടങ്ങുകയും മനസിന്റെ ചിറകുകളുമായി സാഹിത്യലോകത്തു പറന്നുനടന്ന് ഇഷ്ടക്കാഴ്ചകൾ കാണുകയും ചെയ്യുന്നതാണ് *കുഹൂ...കുഹൂ* എന്ന കഥയിലെ പ്രമേയം. സഞ്ചാരത്തിനിടയിൽ ഒ ചന്തുമേനോന്റെയും ബഷീറിന്റെയും ഉറൂബിന്റെയും തകഴിയുടെയും മുകുന്ദന്റെയും കഥാപാത്രങ്ങളെ കണ്ടുമുട്ടുന്ന അത്യമാൻകുട്ടിയുടെ ദിവ്യദൃഷ്ടി ഭ്രാന്തായിട്ടാണ് കുഞ്ഞാമിനയ്ക്ക് തോന്നുന്നത്. അതു മറ്റുള്ളവരും ശരിവെക്കുന്നിടത്ത് കഥ തീരുന്നു. ലോകകഥാവേദിക്ക് മലയാളം നൽകുന്ന ഉപഹാരമാണ് ഈ പ്രമേയം. ജനിതകവൈകല്യംകൊണ്ട് ശരീരത്തിന്റെയും ബുദ്ധിയുടെയും വളർച്ച മുരടിച്ച പെൺകുട്ടിയിലെ മനസു വളരുന്നതറിയുന്ന പെറ്റമ്മയുടെ വിഹ്വലതകളാണ് ആകാശപ്പറവകൾ. മക്കളുടെ നന്മയ്ക്കുവേണ്ടി അമേരിക്കയിൽ കുടിയേറുകയും അവരെ വെള്ളക്കാരേക്കാൾ നല്ല അമേരിക്കക്കാരാക്കുകയും ചെയ്യുന്ന ദമ്പതികൾ മക്കളുടെ ധർമഭ്രംശത്തിന്റെയും സ്നേഹശൂന്യതയുടെയും അഗ്നിജ്വാലകളിൽ വെന്തുനീറുന്ന കഥയാണ് വേറൊന്ന്. കവർച്ചയെയും കൊലപാതകത്തെയും പകയാക്കി വളർത്തി മുതലെടുക്കുന്ന രാഷ്ട്രീയകക്ഷികൾ സൃഷ്ടിക്കുന്ന *അശാന്തിപർവവും* കഥാകൃത്തിന്റെ ധർമരോഷത്തെ വളർത്തുന്നുണ്ട്.

വെച്ചും വിളമ്പിയും പ്രസവിച്ചും ഉത്തമ കുടുംബിനിയായിക്കഴിയേണ്ട ഒരു മുസ്ലീംയുവതി ധാരാളം കവിതകൾ വായിക്കുകയും ഭ്രാന്തിയെന്ന് സംശയിക്കപ്പെടുകയും ചെയ്യുന്നു. അപ്പോൾ അവൾ *'വെറുതേ ഞാനെപ്പോഴും സ്വപ്നം കാണുന്നു'* എന്ന ഒഎൻവി യുടെ ഭാവനയിൽ അഭയം തേടുന്നു. ഈ കഥയിൽ സ്വപ്നങ്ങൾപോലും നിഷേധിക്കപ്പെടുന്ന അഭ്യസ്തവിദ്യയായ സഹൃദയയുടെ പരിദേവനങ്ങൾ കേൾക്കാം. തനിക്ക് മക്കളെയും പേരക്കുട്ടികളെയും സമ്മാനിച്ച ഭാര്യ രോഗിയായപ്പോൾ പുതുമണവാട്ടിയെത്തേടിപ്പോയ ഹാജിയാരുടെ ക്രൂരമായ സ്വാർഥത ഒരു കഥയിലുണ്ട്. ഉറച്ച ഭക്തിയും വിശ്വാസവുംകൊണ്ട് അദൃശ്യങ്ങളെ അറിയുന്ന ഒരമ്മ മരണത്തിന്റെ വക്കിൽനിന്നു തിരിച്ചുവരുന്ന കഥ പ്രമേയംകൊണ്ട് വേറിട്ടു നിൽക്കുന്നു. ഭാര്യ വന്ധ്യയാണെന്ന നേരിയ സംശയത്തിന്റെ പേരിൽ രണ്ടാംവിവാഹത്തിനൊരുങ്ങുന്ന ഭർത്താവും ആ വേദനയുടെ നരകാഗ്നിയിൽ എരിയുന്ന ഭാര്യയും ഒരു കഥയിലുണ്ട്. ഭർത്താവും മക്കളും തന്നിൽനിന്നകലുമ്പോൾ ആത്മഹത്യയുടെ പൊരുൾ തേടുന്ന വീട്ടമ്മയാണ് വേറൊരു കഥാപാത്രം. ജീവിച്ചിരിക്കെ ദ്രോഹിക്കുന്നവർ, മരിച്ചുകഴിഞ്ഞാൽ കാട്ടിക്കൂട്ടുന്ന ദുഃഖത്തിന്റെ കള്ളത്തരങ്ങൾ അനാവരണം ചെയ്യാനും ഈ സാഹിത്യകാരിക്ക് കഴിഞ്ഞിട്ടുണ്ട്. മരിച്ചിട്ട് ഒരിക്കൽക്കൂടി ശരീരത്തിലേക്കു വരുന്ന ആത്മാവിന്റെ ചിന്തകളുടെ രൂപത്തിലാണ് ഈ രചന. ശരീരവും മനസും അന്യാധീനത്തിലാക്കി കഷ്ടപ്പെട്ട് വീടുനോക്കിയിട്ട് ഒടുവിൽ ഗുണഭോക്താക്കളാൽ അവഗണിക്കപ്പെടുന്ന ഒരു

സ്ത്രീയുടെ ദൈന്യമാണ് *നേർച്ചക്കോള* യിൽ കാണുന്നത്. മിടുക്കനായ ഒരു യുവാവിനു വരുന്ന മാനസിക വൈകല്യം ഒരു കുടുംബത്തെ തകർക്കുന്നതും മരണത്തിൽനിന്ന് ജീവിതത്തിലേക്കു തിരിച്ചുവരുന്ന ആത്മാവ് തന്റെ ചിന്തകളും അനുഭവങ്ങളും നിരത്തുന്നതും മറ്റു രണ്ടു കഥകളുടെ പ്രമേയമാണ്. ഇങ്ങനെ ഒന്നിനൊന്ന് വ്യത്യസ്തമായ മനോമണ്ഡലത്തിന്റെ അനന്വയദൃശ്യങ്ങളെ പ്രമേയങ്ങളായി സ്വീകരിക്കുന്നതും നൈസർഗികമായ പ്രതിഭയ്ക്കു തെളിവാണ്.

രചനാതന്ത്രം

പ്രമേയങ്ങൾക്കു യോജിച്ച ആഖ്യാനരീതിയാണ് സ്വീകരിച്ചിട്ടുള്ളത്. കഥാപാത്രത്തിന്റെ ചിന്തകൾ ആവിഷ്കരിക്കാനാണ് സുഹറയ്ക്കിഷ്ടം. 'കുഹൂ...കുഹൂ', 'ജ്വാല', 'അശാന്തിപർവം', 'വെറുതേ ഞാനെപ്പോഴും സ്വപ്നം കാണുന്നു', 'ആത്മഹത്യയുടെ പൊരുൾ തേടരുത്' എന്നീ കഥകളിലാണ് ഈ രീതി കാണുന്നത്. ഇവയെ ബോധധാരയുടെ സങ്കീർണതയിൽ തളയ്ക്കാതെ സ്വതന്ത്രമായി വിട്ടുവെന്നതാണ് ശ്രദ്ധേയം. മറ്റു കഥകളിൽ സാക്ഷിയായും വക്താവായും മാറുന്നു. പലതരക്കാരുടെയും കൊച്ചുകൊച്ചു വാചകങ്ങൾ, അവരെ കൂട്ടിയിണക്കുന്ന വിശദീകരണങ്ങൾ എന്നിങ്ങനെ ആഖ്യാനം മുന്നേറുന്നു.

പൊള്ളുന്ന മനസ്സ്

ധർമത്തെക്കുറിച്ച് സുവ്യക്തമായ ധാരണയുണ്ടായിരിക്കുകയും അതു കാണാതെ വരുമ്പോൾ ധർമരോഷത്താൽ എരിയുകയും ചെയ്യുന്ന മനസാണ് കഥകളിലൂടനീളം. ദൈവത്തിന്റെ വിശിഷ്ട സൃഷ്ടിയായ സ്ത്രീയെ ഈശ്വരേച്ഛയ്ക്കു വിരുദ്ധമായി അടിമകളാക്കുന്ന പുരുഷധിക്കാരത്തോടുള്ള അമർഷം സർവത്ര കാണാം. തന്റെ വന്ധ്യതയെക്കുറിച്ചറിയാവുന്ന അത്യമാൻകുട്ടി കുഞ്ഞാമിയിൽനിന്ന് അക്കാര്യം മാത്രം മറച്ചുവെക്കുന്നു. അനപത്യതയുടെ വേദനയിൽനിന്ന് ഒളിച്ചോടാൻ വേണ്ടി അവൾ സാമൂഹ്യസേവനത്തിനിറങ്ങുമ്പോൾ അയാളിലെവിടെയോ അസ്വസ്ഥത പടരുകയും ചെയ്യുന്നു. അവളെ സമൂഹത്തിലേക്കു വിടാൻ തോന്നിയ തന്റെ ബുദ്ധിയെയോർത്താണ് ഇപ്പോൾ അത്യമാൻകുട്ടി ദുഃഖിക്കുന്നത്. വന്ധ്യത കുഞ്ഞാമിക്കായിരുന്നെങ്കിലോ? വിവാഹാനന്തരം ഏതാനും മാസങ്ങൾക്കുള്ളിൽ ഭാര്യ ഗർഭിണിയായില്ലെങ്കിൽ മറ്റൊരു നിക്കാഹിനുമുതിരുന്ന പുരുഷന്മാർ (*ആകാശപ്പറവകൾ*), ഭാര്യയുടെ രോഗം മൂർച്ഛിക്കുമ്പോൾ അടുത്ത കെട്ടിനിറങ്ങിപ്പുറപ്പെടുന്ന വൃദ്ധന്മാർ (*ഹാജ്യാരുടെ ഭാര്യ*), ഭാര്യ പുസ്തകം വായിക്കുന്നതിനും കവിത ചെല്ലുന്നതിനും എതിരെ തലാഖ് ഭീഷണിയുയർത്തുന്ന അരസികന്മാർ (*വെറുതേ ഞാനെപ്പോഴും സ്വപ്നം കാണുന്നു*) രണ്ടാംകെട്ടിനെ എതിർക്കുന്ന ഭാര്യയെ ചുട്ടുകൊല്ലാൻപോലും മടിക്കാത്തവർ (*അവനെ നരകാഗ്നിയിൽ എരിക്കുവിൻ*) എന്നിവരിലൂടെയാണ് ഈ അക്രമത്തെ ചിത്രീ

കരിക്കുന്നത്. പണം മോഹിച്ച് ഏത് അയോഗ്യയേയും കെട്ടുന്നവർ, വിവാഹത്തട്ടിപ്പുകാർ എന്നിങ്ങനെയുള്ള സമൂഹദ്രോഹികളെയൊക്കെ നിരത്തിനിർത്തുന്നുണ്ട്. ഒരേസമയം ഒന്നിലധികം ഭാര്യമാരെ നിലനിർത്താൻ ദൈവശാസനയുടെ വക്കാലത്തു പിടിക്കുന്നവർക്ക് നിൽക്കക്കള്ളിയില്ലാതാക്കുന്നവയാണ് ഈ കഥകൾ.

സമൂഹം സ്ത്രീകൾക്കു നൽകുന്ന വിധിനിഷേധങ്ങൾ പല സന്ദർഭങ്ങളിലും പ്രകടമാകുന്നുണ്ട്.

"നീയൊരു സാധാരണ സ്ത്രീയല്ലേ ഹസ്നാബി? മറ്റു പെണ്ണുങ്ങൾ കാണുന്ന സ്വപ്നങ്ങൾ കണ്ടാപ്പോരേ നിനക്ക്? നീയൊരു കാര്യം ചെയ്യ്, ടിവിയിലുള്ള സീരിയലുകൾ മുടങ്ങാതെ കാണ്. അപ്പോൾ മനം നിറയെ പൈങ്കിളിക്കിനാവുകളായിരിക്കും."

"കണ്ണിൽക്കണ്ട പുസ്തകങ്ങൾ വായിക്കരുതെന്നു നിന്നോടു ഞാൻ പറഞ്ഞിട്ടില്ലേ? നമ്മൾ സാധാരണക്കാരാ മോളേ.....സാധാരണക്കാരുടെ സ്വപ്നങ്ങൾ കണ്ടാ മതി."

"തലയും മുലയും വളർന്ന ഒരിസ്ലാം പെൺകുട്ടി കാഫ്രിച്ചികളെപ്പോലെ മറ്റാണുങ്ങളുടെ മുന്നിൽ ആടിപ്പാടാമോ?"

"വിശേഷ ബുദ്ധിയുണ്ടായിട്ടും വിവരക്കേടുകൾ മാത്രം ചെയ്യുന്ന മറ്റു മനുഷ്യരേ, പറയൂ പെണ്ണായ ഞാനെങ്ങനെ തീജ്വാലയായി?"

"മതവിരുദ്ധമൊന്നുമല്ലല്ലോ. സാമ്പത്തികശേഷിയും ശാരീരികശേഷിയുമുണ്ടെങ്കിൽ ഒന്നിലധികം ഭാര്യമാരെ പുലർത്താൻ മതം അനുവദിച്ചിട്ടുണ്ടല്ലോ?"

"ശരീരം കാണിക്കവെച്ചാലേ പുരുഷന്റെ മനസ്സ് കൈപ്പിടിയിലൊതുക്കാൻ സ്ത്രീക്കാവൂ. നിങ്ങളുടെ മനസ്സ് അവൻ കാണുന്നില്ല. തുടുത്ത ശരീരമാണ് അവനു വേണ്ടത്. രണ്ടു കൊല്ലത്തെ ദാമ്പത്യത്തിനുശേഷവും ഇതൊന്നും നീ മനസിലാക്കിയില്ലെന്നോ?"

"ജീവിച്ചിരിക്കുമ്പോൾ കാണിക്കാത്ത ദയയും അലിവും എല്ലാ മതവും മയ്യത്തിനോടു കാണിക്കാറുണ്ട്."

"ഞാനിപ്പോൾ സഹിക്കുന്ന വേദന നിനക്കറിയാമല്ലോ. മനം നീറുന്നതറിയുന്നവൻ നീ മാത്രമാണ്."

"പുറംലോകവുമായി യാതൊരു ബന്ധവുമില്ലാത്ത തന്നേപ്പോലുള്ള ഒരു പാവം വീട്ടമ്മ ഇതിനെക്കുറിച്ചൊക്കെ ആലോചിച്ച് തല പുണ്ണാക്കേണ്ട ആവശ്യമെന്താണ്? ഭർത്താവിനും മക്കൾക്കും വെച്ചു വിളമ്പി അവരുടെ ഹിതത്തിനൊത്തു സന്തോഷമായങ്ങു കഴിഞ്ഞാൽപ്പോരേ?"

"ഭാര്യക്ക് സ്വന്തമായി ഒരിഷ്ടവും പാടില്ല. അയാൾ ഉണ്ണുമ്പോൾ അവളും ഉണ്ണണം. കിടക്കുമ്പോൾ അവളും കിടക്കണം. അയാൾ വിളിച്ചിടത്തൊക്കെ ഇഷ്ടമുണ്ടെങ്കിലും ഇല്ലെങ്കിലും കൂടെ ചെല്ലണം. സ്വന്തമായി പ്രത്യേകം മോഹങ്ങളോ ഇച്ഛകളോ ആവശ്യങ്ങളോ അരുത്. മുഖപ്രസാദമാണത്രേ സ്ത്രീയുടെ സൗന്ദര്യം."

ഇത്തരത്തിൽ തീപിടിച്ച തലകളും പൊള്ളുന്ന മനസുകളുമാണ് മിക്ക കഥകളിലും. സമാനമായ വരികളും ആശയങ്ങളും സുഹറയുടെ മുൻകൃതികളിലും കാണാം.

ഏതു പക്ഷത്ത്

ലോകഗതി നോക്കിയാൽ എവിടെയാണെങ്കിലും സ്ത്രീകളെക്കുറിച്ച് പുരുഷന്മാർ എഴുതുന്നതാണധികം. സ്ത്രീകൾ സ്വയം സംസാരിക്കുന്നതു കുറവാണ്. സാമുദായികമായി നോക്കിയാൽ മുസ്ലീംസ്ത്രീകളുടെ ശബ്ദം അത്യപൂർവമാണ്. മലയാളത്തിലാകട്ടെ, മുസ്ലീംപുരുഷന്മാർ മുസ്ലീംസ്ത്രീകളെക്കുറിച്ചെഴുതിയതിലധികം അമുസ്ലീം പുരുഷന്മാരാണ് എഴുതിയിട്ടുണ്ടാവുക. ഇത്തരം കൃതികളുടെ പരിമിതികൾ വിചാരിക്കുന്നതിലധികമാണ്. അനുഭവങ്ങളെ ആവിഷ്കരിക്കാൻ അനുഭവിച്ചവർതന്നെ വേണം. ഇനി ഞങ്ങളെക്കുറിച്ച് ഞങ്ങൾ പറയാമെന്ന് സ്ത്രീകൾ നിശ്ചയിച്ചാൽ അതിനെ പ്രോത്സാഹിപ്പിക്കുകയാണ് സത്യദർശികളുടെ കടമ. ലിംഗഭേദംകൊണ്ട് തങ്ങൾക്കജ്ഞാതമായ സ്ത്രീമനോലോകമെന്തെന്നറിയാൻ പുരുഷന് സ്ത്രീകളുടെ എഴുത്തിനെ ആശ്രയിച്ചേ പറ്റൂ. എന്നാൽ പുരുഷനും സ്ത്രീയും വെവ്വേറെ വർഗമാണെന്നും ഇവരുടെ നിരന്തര സംഘർഷത്തിലൂടെയാണ് ലോകനന്മ പിറക്കുന്നതെന്നും ശാഠ്യം പിടിക്കുമ്പോൾ അത് സമൂഹത്തെ ദുർബലമാക്കും. തന്റെ ഗർഭപാത്രത്തിൽ എപ്പോൾ ആരുടെ ബീജം വളരണമെന്ന് താൻ നിശ്ചയിച്ചുകൊള്ളാമെന്ന ധാർഷ്ട്യം കാട്ടുന്ന പ്രസ്ഥാനങ്ങളെ സ്വാഗതം ചെയ്യേണ്ടതുണ്ടോ?

സ്ത്രീയും പുരുഷനും പരസ്പരം അംഗീകരിക്കുകയും ബഹുമാനിക്കുകയും സ്നേഹിക്കുകയും ചെയ്യുന്ന സുശക്തമായ കുടുംബവ്യവസ്ഥിതിക്കുവേണ്ടി വാദിക്കുകയും ഈ ആശയം പ്രചരിപ്പിക്കുകയും ചെയ്യുന്ന തൂലികയാണ് സമൂഹത്തിനാവശ്യം. അതാണ് ബിഎം സുഹറ ചെയ്യുന്നത്. സ്ത്രീയായതുകൊണ്ട് സർവനന്മയും ഉണ്ടാകുമെന്നും പുരുഷനായാൽ തിന്മ മാത്രമേ കാണുകയുള്ളൂവെന്നും പറയാനുള്ള മൂഢത ഈ കഥാകാരിക്കില്ല. അനിയന്ത്രിതമായ ലൈംഗികതയാണ് സ്വാതന്ത്ര്യമെന്ന തെറ്റിദ്ധാരണയുമില്ല.

ഇതുതന്നെയാണ് മതത്തിന്റെ കാര്യത്തിലുമുള്ള നിലപാട്. ആരായാലും തനിക്കു സുപരിചിതമായ ജാതിമത ചട്ടക്കൂടുകളെ ആവിഷ്കരിക്കുമ്പോൾ സത്യസന്ധതയും വ്യക്തതയും കൂടുതലായിരിക്കും. *ജ്വാല*യിൽ ഒരു ക്രിസ്ത്യൻ കുടുംബമാണുള്ളത്. *അശാന്തിപർവ*ത്തിലെ പ്രധാന കഥാപാത്രവും ക്രിസ്ത്യാനിയാണ്. *നീലക്കുന്നുകൾ ചുവന്നപ്പോൾ* ഹൈന്ദവപശ്ചാത്തലത്തിലുള്ളതാണ്. *ആത്മഹത്യയുടെ പൊരുൾ തേടരുത്* എന്ന കഥയ്ക്ക് മതസ്വഭാവമില്ല; ഉണ്ടെങ്കിൽ ഹൈന്ദവമാകാമെന്നു മാത്രം. മറ്റെല്ലാം വ്യക്തമായ ഇസ്ലാമിക കഥകളാണ്. *ഖുറാന്റെ* ശൈലിയും സംസ്കാരവും മാപ്പിളത്തനിമയും ഒന്നുചേർന്നു നിൽക്കുന്നു ഇവയിലെല്ലാം. ഒരു മതം തന്റേതായതു കൊണ്ടുമാത്രം സർവോത്കൃഷ്ടമെന്ന നാട്യം അശേഷമില്ല. അതിലെ നന്മകളെ ശ്ലാഘിക്കാനും തിന്മകളെ പരിഹസിക്കാനും സന്നദ്ധയാകുന്ന സ്വതന്ത്രവീക്ഷണമാണുള്ളത്. തികച്ചും വിപ്ലവകരമായ 'ആശയങ്ങൾ' മുന്നോട്ടുവെക്കുന്നുണ്ട്. പക്ഷേ, വിനാശകരമായി പോർവിളികളും നശീകരണാഹ്വാനവുമില്ല. സഹനസ

മരംകൊണ്ടു സാധിച്ചില്ലെങ്കിൽ മാത്രം മതി സായുധസമരമെന്ന ഗാന്ധിയൻ മനസ്സ് സുഹറയിൽക്കാണുന്നു. പ്രമേയം നന്നായതുകൊണ്ട് കൃതി നന്നാവുകയില്ല. ആവിഷ്കാരരീതി നന്നായാലേ അതു സാഹിത്യമാകൂ. സുഹറ എഴുതുന്നത് സാഹിത്യമാണ്.

ഇതിലെ കഥാപാത്രങ്ങൾ നമുക്കു ചുറ്റുമുള്ളവരാണ് എന്നു കരുതി സമൂഹത്തിന്റെ ഛായാചിത്രമെടുത്തിരിക്കുകയല്ല. എഴുത്തിനേക്കാൾ മുമ്പേ വരകൾ പരിശീലിച്ച സുഹറയ്ക്ക് ഫോട്ടോഗ്രാഫിയെക്കാൾ ചിത്രരചനയോടാണിഷ്ടം. ഒത്തിരി വ്യക്തികളുടെ ഒട്ടേറെ സവിശേഷതകൾ ചേർത്ത് ഒരു കഥാപാത്രത്തെ കൊളാഷ് ശൈലിയിൽ രൂപപ്പെടുത്തുന്നു. ഇങ്ങനെയുള്ള അക്ഷരശിൽപ്പങ്ങളും അക്ഷരചിത്രങ്ങളുംകൊണ്ട് ആശയവിനിമയം നടത്തുന്നു. അതിനാൽ ധ്വന്യാത്മകവും ശക്തവുമാണ് കഥകളോരോന്നും. ഇതാണ് പ്രതിഭയുടെ തിളക്കം.

സുഹറ സ്ത്രീകളെക്കുറിച്ച് ധാരാളമായി എഴുതുന്നു. പക്ഷേ, സ്ത്രീപക്ഷ സാഹിത്യകാരിയല്ല. മുസ്ലീങ്ങളെക്കുറിച്ച് ധാരാളമെഴുതുന്നു; പക്ഷേ, ഇസ്ലാമികസാഹിത്യകാരിയല്ല. സാമൂഹികമാറ്റങ്ങൾക്കുവേണ്ടിയെഴുതുന്നു; പക്ഷേ, കലാപകാരിയല്ല. ഒരേസമയം ഇവയെല്ലാമാകുകയും എന്നാൽ ഇവയ്ക്കെല്ലാം ഉപരിയായി വർത്തിക്കുകയും ചെയ്യുന്നു. കാരണം വ്യക്തമാണ്. ഇവയെല്ലാം ചേരുമ്പോഴാണ് മനുഷ്യരാശിയുണ്ടാകുന്നത്. എഴുതുന്ന വ്യക്തിയാരായാലും പ്രമേയമേതായാലും മനുഷ്യരെ സ്നേഹിക്കണം, ആശ്വസിപ്പിക്കണം, ഉദ്ബോധിപ്പിക്കണം, രസിപ്പിക്കുകയും വേണം. ഉത്തമസാഹിത്യത്തിനുവേണ്ട ഈ ഗുണങ്ങളെല്ലാം ബി എം സുഹറയുടെ സാഹിത്യ സംഭാവനകളിലുണ്ട്; അതുകൊണ്ട് *കുഹൂ.. കുഹൂ* എന്ന സമാഹാരത്തിലെ കഥകളിലുമുണ്ട്. മനുഷ്യപക്ഷത്തുനിന്ന് നന്മയെയും ധർമ്മത്തെയും ഉദ്ഘോഷിക്കുന്ന ഈ എഴുത്തുകാരി ഇനിയും എഴുതട്ടെ എന്നു പ്രാർഥിക്കുന്നു.

താൻ രൂപപ്പെട്ട സാഹചര്യങ്ങളാണ് എഴുത്തുകാരെ സൃഷ്ടിക്കുന്നത്. അവയുടെ പ്രതിഫലനങ്ങളാണ് സൃഷ്ടികൾ. നിരൂപകന്റെ മനോഘടനയുടെ പ്രതിഫലനങ്ങളാണ് പഠനങ്ങൾ. അതിനാൽ ഒരു കൃതിയെക്കുറിച്ചും ഒരു പഠനവും പൂർണമാകുന്നില്ല. ഒരേസമയം ഒട്ടേറെ പഠനസാധ്യതകൾ നൽകുന്നവയാണ് ഉത്തമകൃതികൾ. ബി എം സുഹറയുടെ കൃതികൾ ഒറ്റയ്ക്കൊറ്റയ്ക്കും സമഗ്രമായും പഠിക്കപ്പെടണം. സാഹിത്യേതരകാര്യങ്ങളിലൂടെ ഒച്ചപ്പാടുണ്ടാക്കി തൽക്കാലം ആളാകാൻ നോക്കാതെ നിശ്ശബ്ദമായി രചനകളുടെ ലോകത്തു മുഴുകിയിരിക്കുന്നവരെ കണ്ടെത്തി വിലയിരുത്തുകയും ആദരിക്കുകയും ചെയ്യണം. അതുകൊണ്ടേ ഭാഷയ്ക്കും സാഹിത്യത്തിനും നന്മ വരൂ. ബി എം സുഹറ എന്ന ഈ പ്രതിഭാശാലി കൂടുതൽ പഠിക്കപ്പെടട്ടെ എന്നുകൂടി പ്രാർഥിക്കുന്നു.

ഡോ. പ്രിയദർശൻലാൽ

1

കുഹൂ... കുഹൂ...

എന്റെ പേര് അത്യമാൻകുട്ടി....പെൺവാണിഭക്കാരും കൈക്കൂലിക്കാരും അഴിമതിക്കാരും വാഴുന്ന ഇക്കാലത്ത് എന്നെപ്പോലെ നേരേ ചൊവ്വേ ജീവിക്കാൻ ആഗ്രഹിക്കുന്നവർക്ക് ഒരു രക്ഷയുമില്ല. അതുകൊണ്ടാണല്ലോ എന്റെ ഭാര്യ കുഞ്ഞാമി എന്നെ പന്തുതട്ടുന്നതു പോലെ തട്ടുന്നത്. ഞങ്ങൾക്ക് മക്കളില്ല. അതുകൊണ്ട് അവളുടെ ചില ശാഠ്യങ്ങളൊക്കെ ഞാൻ വകവെച്ചുകൊടുക്കാറുണ്ട്.

"എന്റെ മോനൊരു പെങ്കൂസനായിപ്പോയല്ലോ റബ്ബേ."

എന്റെ ഉമ്മ മരിക്കുന്നതുവരെ പരാതി പറയുമായിരുന്നു. കുഞ്ഞാമിയെ മൊഴിച്ചൊല്ലി വേറൊരു പെണ്ണിനെ കെട്ടിക്കാൻ ഉമ്മ ഏറെ ശ്രമിച്ചതാണ്. ഞാൻ പക്ഷേ, അതിന് കൂട്ടുനിന്നില്ല. അതിനു കാരണമുണ്ട്. കുട്ടികളില്ലാത്തത് എന്റെ തകരാറുകൊണ്ടാണെന്ന് ഡോക്ടർ പറഞ്ഞിരുന്നു. ആ രഹസ്യം ഞാനിതുവരെ ആരോടും പറഞ്ഞിട്ടില്ല. പറയുകയുമില്ല. അതൊരു മനസ്സാക്ഷിക്കുത്തായി ഉള്ളിലങ്ങനെ കിടക്കുന്നതുകൊണ്ടുകൂടിയാണ് ഞാൻ കുഞ്ഞാമിയുടെ ഫെമിനിസ്റ്റ് രീതികൾ കണ്ടില്ലെന്നു നടിക്കുന്നത്.

ക്ഷമയ്ക്കും ഒരതിരില്ലേ? വീട്ടുകാര്യങ്ങളിലൊന്നും യാതൊരു ശ്രദ്ധയുമില്ലാതെ സാമൂഹികസേവനമെന്നും പറഞ്ഞുനടക്കുകയാണ്. എന്ത് സാമൂഹികസേവനം? തമ്മിൽപ്പോരും കുശുമ്പുപറച്ചിലുംതന്നെ കാര്യമായ തൊഴിൽ. ഞാൻ ക്ഷമിക്കുന്നവരുടെ കൂടെയാണെന്ന് പടച്ചവൻ പറഞ്ഞിട്ടുണ്ടല്ലോ. അതുകൊണ്ട് ക്ഷമിച്ചുകളയാം എന്ന് ചിലപ്പോൾ തോന്നും. ഈയിടെയായി അടുക്കളയിൽ കയറാൻപോലും അവൾക്ക് നേരമില്ല. ആഴ്ചയിലൊരിക്കലാണ് വെപ്പ്. മൊത്തമായി കുറേ ചോറും കറികളുമുണ്ടാക്കി വിവിധതരം പ്ലാസ്റ്റിക് പാത്രത്തിൽ അടച്ച് പേരും തീയതിയും എഴുതി ഒട്ടിച്ച് ഫ്രിഡ്ജിൽ കയറ്റും. അവൾ രാവിലെ സർക്കീട്ടിനിറങ്ങും

മുമ്പേ അന്നത്തേക്കുള്ള ഡബ്ബകൾ മേശപ്പുറത്തു നിരത്തും. അത് മൈക്രോവേവിൽ വെച്ച് ചൂടാക്കി ഞാൻ ഉച്ചയ്ക്ക് കഴിച്ചോളണം. വൈകുന്നേരം ഫാസ്റ്റ്ഫുഡ് എന്ന പഴകിയ ഭക്ഷണം ഫോൺവിളിച്ചുപറഞ്ഞ് വീട്ടിലെത്തിക്കുന്നു. മൈക്രോവേവ് ഓവനുകളും ഫ്രിഡ്ജുമൊക്കെ കണ്ടുപിടിച്ചവരെ ഞാൻ ശപിക്കാത്ത ദിവസങ്ങളില്ല. മീൻ തിന്നണമെന്നു തോന്നുന്ന ദിവസം പച്ചക്കറിയായിരിക്കും അവൾ പുറത്തെടുത്തു വെക്കുക. എനിക്ക് അത്യാവശ്യം പാചകമൊക്കെ അറിയാം. പക്ഷേ, ഞാൻ അടുക്കളയിൽ കയറിയാൽ അടുക്കള വൃത്തികേടാക്കി എന്നു പറഞ്ഞായിരിക്കും ബഹളം. ഉദ്യോഗത്തിലിരുന്നപ്പോൾ ഇത്രകണ്ട് അവ ഗണിച്ചിരുന്നില്ല. അമ്പത്തഞ്ചു കഴിയുമ്പോൾ സർക്കാരെന്തിനാണാവോ ഇങ്ങനെ പിരിച്ചുവിടുന്നത്? ശമ്പളം കിട്ടിയില്ലെങ്കിലും വേണ്ടില്ല. ഇരിക്കാനൊരിടം കിട്ടിയാൽ മതിയായിരുന്നു.

"നീ ഇങ്ങനൊന്നുമായിരുന്നില്ലല്ലോ കുഞ്ഞാമീ."

ആദ്യകാലങ്ങളിൽ വേണ്ടെന്നു പറഞ്ഞാലും പലതരം കറികളുണ്ടാക്കി എന്നെ ഊട്ടുന്ന കുഞ്ഞാമിയുടെ മുഖം മനസിൽകണ്ട് ഞാൻ സങ്കടത്തോടെ പറയും:

"എങ്ങനെയൊന്നുമായിരുന്നില്ലെന്ന്?"

കണ്ണുകളിൽ തീയ്.

"അതായത്...പഴയ രീതികളൊക്കെ തെറ്റുകയാണല്ലോ."

"സ്ത്രീകൾ രീതികളെല്ലാം തെറ്റിക്കണമെന്നാണ് സാറ ടീച്ചർ ഇന്നലെയും പ്രസംഗിച്ചത്."

"പുരുഷന്മാർ ഒന്നിലധികം പെണ്ണുകെട്ടുന്നതിൽ തെറ്റില്ല എന്ന് കമല സുരയ്യയും പറഞ്ഞിട്ടുണ്ട്."

–ഞാൻ പതുക്കെ പറയും.

"കെട്ടിനോക്ക് അപ്പം കാണാം. എന്നും ഭാര്യതന്നെ വെച്ചുവിളമ്പണമെന്ന് ഭർത്താക്കന്മാരെന്തിനാ ശാഠ്യം പിടിക്കണേന്നാ ടീച്ചർ ചോദിക്കുന്നത്."

"ഒരാളുടെ മക്കളെ മാത്രമേ ഗർഭംധരിക്കൂ എന്ന് സ്ത്രീകളെന്തിനാ ശാഠ്യം പിടിക്കുന്നത് എന്നും ചില ഫെമിനിസ്റ്റുകൾ ഇപ്പോൾ ചോദിക്കുന്നുണ്ട്."

"അത് പിന്നെ.... ഞാൻ കേട്ടില്ല. സ്ത്രീപക്ഷം പറയുന്ന പെണ്ണുങ്ങളെ കരിതേയ്ക്കാൻ ആണുങ്ങൾക്ക് വലിയ മിടുക്കാ."

"ആണുങ്ങളേക്കാൾ പെണ്ണുങ്ങളാ അത്തരക്കാരെ കുറ്റംപറയുന്നതെന്നാ ഫെമിനിസ്റ്റുകൾ പറയുന്നത്."

"ഇതാ...നിങ്ങള് വെറുതെ എന്നെ ഈറ പിടിപ്പിക്കല്ലേ. എനിക്കിന്ന് കുടുംബശ്രീയിൽ പ്രസംഗിക്കാനുള്ളതാ. മൂഡുപോയാ ഒരക്ഷരം നാക്കിൻതുമ്പത്തു വരില്ല."

എങ്കിൽ സ്ത്രീകൾ രക്ഷപ്പെട്ടു എന്നു പറയണമെന്നുണ്ടായിരുന്നു. വഴക്കുണ്ടാക്കേണ്ടെന്നു കരുതി അടങ്ങി.

കുട്ടികളില്ലാത്തതുകാരണം കുഞ്ഞാമി വിഷമിക്കുന്നതുകണ്ട് സഹിക്കാനാവാതെയാണ് പുറത്തിറങ്ങി മനുഷ്യരുമായി ഇടപഴകാൻ അവളെ നിർബന്ധിച്ചത്. സ്ത്രീസംഘടനകളിലുള്ളവരെ അവൾക്ക് പരിചയപ്പെടുത്തിക്കൊടുത്തതും ഞാൻതന്നെ. എത്ര നേരം ഒരാൾ വീട്ടിൽ മുഷിഞ്ഞിരിക്കും. ലോകമാകെ ഒന്നു കണ്ടോട്ടേ എന്നേ വിചാരിച്ചുള്ളൂ. എന്നിട്ടിപ്പോൾ....അതാണ് ലോകം. വീട്ടുപണിയൊന്നും ചെയ്തില്ലെങ്കിലും വേണ്ടില്ല. വയസുകാലത്ത് കൂട്ടായി കൂടെ ഉണ്ടായാൽ മതിയായിരുന്നു. ഇനി വലിയ പ്രതീക്ഷയൊന്നും വേണ്ട. നിത്യേന മൂന്നും നാലും പരിപാടികളാണ് അവൾക്ക്. സാഹിത്യ സാംസ്കാരിക പരിപാടികൾക്കും ഉദ്ഘാടനത്തിനും മറ്റും കുഞ്ഞാമി പോകുന്നു. നെടുനീളൻ പ്രസംഗങ്ങൾ കാച്ചുന്നു. വീട്ടിലെ ഫോണിന് വിശ്രമമില്ല. കുഞ്ഞാമിക്കാണ് ഫോൺകോളുകളത്രയും വരുന്നത്. ഭാര്യ പ്രശസ്തയാകുന്നതിൽ സന്തോഷിക്കയല്ലേ വേണ്ടത്? സന്തോഷംതന്നെ....എന്നാലും ഒരുൾഭയം. തനിക്കിന്ന് വീട്ടുപണിയൊന്നും ചെയ്യാൻ വയ്യ. വെപ്പുപണി നിങ്ങളായിക്കൊള്ളൂ എന്നു പറഞ്ഞതിന് ഭാര്യയെ ഭ്രാന്തിയാക്കി മുറിയിലടച്ച ഭർത്താവിന്റെ കഥയെഴുതിയ ബിഎം സുഹറയെപ്പോലുള്ള സ്ത്രീസ്വാതന്ത്ര്യവാദികളാണ് അവളുടെ കൂട്ടുകാരികൾ...... കുഞ്ഞാമി എന്നെ വട്ടനാക്കി ഭ്രാന്താശുപത്രിയിലാക്കിയേക്കുമെന്ന് ഈയിടെ എനിക്ക് ഭയം തുടങ്ങിയിട്ടുണ്ട്.

“മൂപ്പരിക്കിപ്പോ ഓർമക്കുറവ് നല്ലോണണ്ട്. മാത്രമല്ല, ചെലനേരത്ത് എന്തോ ഏതോ എന്നില്ലാതെയാണ് സംസാരം.”

വരുന്നവരോടും പോകുന്നവരോടും അവൾ പറയുന്നത് ഞാൻ കേൾക്കുന്നുണ്ട്. അവൾക്ക് അങ്ങനെ തോന്നാൻ കാരണൊണ്ട്. ഞാനെന്നും പുലരുംമുമ്പേ ഉണരും. പല്ലുതേപ്പ് കഴിയുമ്പോഴേക്കും പള്ളിയിൽ ബാങ്കു വിളിക്കുന്നുണ്ടാകും. നിസ്കാരം കഴിഞ്ഞ് ചായ ഉണ്ടാക്കിക്കുടിച്ച് മുകളിലെ വരാന്തയിൽ ചെന്നിരിക്കും. ചായ ഉണ്ടാക്കാൻ ഇപ്പോൾ അടുപ്പൊന്നും കത്തിക്കേണ്ട. ഒരു ഗ്ലാസിൽ പാലും വെള്ളവുമെടുത്ത് മൈക്രോവേവിൽ വെച്ചാൽ മിനിട്ടുകൊണ്ട് തിളയ്ക്കും. അതിൽ ഒരു ടീ ബാഗിട്ട് നന്നായി ഇളക്കിയാൽ ചായ റെഡി. പഞ്ചസാരയുടെ അളവ് ശരീരത്തിൽ കൂടുതലായതുകൊണ്ട് ചായയിൽ പഞ്ചസാര ഇടാറില്ല. ചായയുമായി ബാൽക്കണിയിൽ ആട്ടക്കസേരയിലിരിക്കുമ്പോൾ ഒരു കുയിലു വന്ന് അടുത്തുള്ള പുളിമരത്തിലിരുന്ന് കൂഹു കൂഹു എന്ന് വിളി തുടങ്ങും.

ചുറ്റുവട്ടത്ത് ആരുമില്ലെന്നുറപ്പുവരുത്തിയിട്ട് ഞാൻ മറുപടി നൽകും:

“കൂഹൂ.... സുഖം തന്നെയല്ലേ നിനക്ക്?”

“കൂഹു കൂഹൂ.....”

ഇത് പതിവായപ്പോൾ ഒരുദിവസം ഞാൻ സ്വയം പറഞ്ഞു:

“സുലൈമാൻ നബിയെപ്പോലെ പക്ഷികളുടെ ഭാഷ അറിയാമായിരുന്നെങ്കിൽ കുയിലിനോടെങ്കിലും മനസുതുറന്ന് എന്തെങ്കിലും പറയാമായിരുന്നു.”

"ഞാൻ പഠിപ്പിച്ചു തരാം ഞങ്ങളുടെ ഭാഷ."

ആരോ പറയുന്നതുകേട്ടു പകച്ചു ചുറ്റും നോക്കി.

ആരുമില്ല

കുയിൽ മരത്തിൽ നിന്നിറങ്ങി എന്റെ ബാൽക്കണിയുടെ റെയിലിങ്ങിൽ ഇരിപ്പുണ്ട്.

"നീയാണോ സംസാരിച്ചത്?"

"അതേ.....ഞാൻ തന്നെ."

കുയിൽനാദം.

"പോരുന്നോ?"

"എങ്ങോട്ട്?"

"അങ്ങു ദൂരെ?"

"പറക്കാൻ എനിക്ക് ചിറകുകളില്ലല്ലോ."

"ശരീരത്തിന് ചിറകുകളില്ലെങ്കിലെന്താ മനസിന് ചിറകുകളുണ്ടല്ലോ. കൂടെ വന്നാ, അത്യപ്പക്കാഴ്ചകൾ കാണിച്ചുതരാം."

"പറ്റുമോ? എനിക്കുടനെ തിരിച്ചുവരണം. ഇല്ലെങ്കിൽ കുഞ്ഞാമി..."

"നീ ബിജെപി അല്ലേ?"

"അയ്യോ എനിക്ക് രാഷ്ട്രീയമൊന്നുമില്ല. എല്ലാ പാർട്ടിക്കാരോടും എനിക്ക് വെറുപ്പാ."

"നിങ്ങള് ആളൊരു പാവംതന്നെ. ബിജെപി എന്നാൽ 'ഭാര്യയെ ജാസ്തി പേടിയുള്ളവർ' എന്നാണ് ഇപ്പോഴത്തെ അർഥം. ഇതൊന്നും അറിയില്ലേ? മനുഷ്യർ പറയുന്നതു കേട്ടാണ് ഞാൻ പഠിച്ചത്. കൂഹു കൂഹു....പൂവാം റെഡിയല്ലേ.....വേഗം തിരിച്ചെത്തിക്കാം. റെഡി...."

"തള്ളിയിടരുതേ...."

എന്റെ മനസങ്ങു പറന്നു. ആകാശത്തിനെന്തു കുളിര്, താഴെ നിന്നു കാണുന്നതുപോലല്ല. കടൽപോലെ നീലനിറം. ഇടയ്ക്കിടെ കറുപ്പും വെളുപ്പും മേഘങ്ങൾ. സൂര്യനു സ്വർണനിറം. ആകെയൊരുന്മേഷം...

"നീ പുസ്തകം വായിക്കുന്ന ആളല്ലേ, അതുകൊണ്ട് ഞാൻ നിന്നെ പുസ്തകലോകത്തേക്ക് കൂട്ടിക്കൊണ്ടുപോകാം."

"ഞാൻ ഒരുപാട് വായിക്കുമെന്ന് നിനക്കെങ്ങനെ അറിയാം?"

"ഞാൻ എത്ര നാളായി നിന്നെ കാണുന്നു. കാണുമ്പോഴെല്ലാം ബാൽക്കണിയിലെ ആട്ടക്കസേരയിലിരിക്കുന്ന നിന്റെ കൈയിൽ ഒരു പുസ്തകവുമുണ്ടാവും. പൂവാ പൂവാ എന്നു ഞാൻ എത്രവട്ടം ചോദിച്ചതാ. നീ കണ്ടില്ല, കേട്ടുമില്ല."

"നിന്റെ കൂവൽ ഞാനും കേൾക്കാറുണ്ട്. അതുപക്ഷേ, എന്നോടാണെന്ന് അറിഞ്ഞില്ല....നിന്റെ ഇണയെത്തേടുകയാണെന്നാണ് ഞാൻ കരുതിയത്."

"എനിക്ക് ഇണയില്ല, തുണയുമില്ല. എല്ലാവരും സുഹൃത്തുക്കൾ. താഴോട്ടു നോക്കിക്കോ. നിനക്ക് പരിചയമുള്ള പലരെയും കാണാം."

താഴോട്ടു നോക്കിയതും ഞാൻ അന്തംവിട്ടു.

ഇതാരൊക്കെയാ റബ്ബേ.....

മാധവൻ ഇന്ദുലേഖയുടെ മടിയിൽ തലവെച്ചുകിടക്കുന്നു. ഇന്ദുലേഖ മാധവന്റെ കുടുമയിൽ മുല്ലപ്പൂ ചൂടിക്കൊണ്ട് എന്തോ പറയുന്നുണ്ട്. കേൾക്കുന്നില്ല.

"കേൾപ്പിച്ചു തരാം."

കുയിൽ എന്നെ അവരുടെ അടുത്തേക്ക് കൂട്ടിക്കൊണ്ടുപോയി.

"എന്നാലും മാധവാ നിനക്കെങ്ങനെ എന്നെ ഒറ്റയ്ക്കാക്കി നാടുവിടാൻ തോന്നി?"

"പ്രിയേ ആ ചന്തുമേനോൻ പറയുന്നപോലല്ലേ എനിക്ക് ചെയ്യാൻ പറ്റൂ. അയാൾ എന്നെ അത്തരത്തിലാ സൃഷ്ടിച്ചത്. അയാൾ നിന്നെക്കൊണ്ട് എന്നെ ശപ്പൻ എന്നുപോലും വിളിപ്പിച്ചില്ലേ?"

കുറച്ചുകൂടി മുന്നോട്ടു പോയപ്പോൾ സൂരിനമ്പൂതിരി ദാസിയുമായി ശൃംഗരിക്കുന്നു.

"ശപ്പൻ ഇപ്പഴും ഇപ്പണി നിർത്തിയില്ലേ. മുന്നോട്ടു പോകാം."

"അള്ളാ അതാരാ ഉമ്മാച്ചുവല്ലേ....ഉറൂബ് പറഞ്ഞതിനേക്കാൾ മൊഞ്ചത്തിയാണല്ലോ. വെറുതേയല്ല ബീരാൻ വീണുപോയത്. ഉമ്മാച്ചുവിന്റെ മുഖത്ത് തീരെ തെളിച്ചമില്ല.

അപ്പോഴാണ് തമ്മിൽത്തല്ലുന്ന ബീരാനെയും മായനെയും കണ്ടത്.

"കരിമുട്ടിപോലത്തെ മായൻ ബീരാനെ കൊല്ലുമല്ലോ...എനിക്കീ തല്ലും പിടിയും കാണാൻ വയ്യേ."

"വേണ്ട. മുന്നോട്ടു പോന്നോളൂ."

സുഹറയും മജീദും പൂന്തോട്ടത്തിൽ പണിചെയ്യുന്നു. സുഹറ കുടത്തിൽ വെള്ളവുമായി എത്തുന്നു. റോസാപ്പൂവിന് തടമെടുക്കുന്നു. മജീദിന് വൈക്കം മുഹമ്മദ് ബഷീറിന്റെ ഛായ. പക്ഷേ, കഷണ്ടിയില്ല. സുഹറ പക്ഷേ, ഫാബിയെപ്പോലെ ആയിരുന്നില്ല. അവർ എന്തോ പറയാൻ ഭാവിക്കുന്നുണ്ടായിരുന്നു. അതു കേൾക്കുന്നതിനുമുമ്പ് കുയിൽ എന്നെ മുന്നോട്ടു നയിച്ചു. പാത്തുമ്മ ആടിനെ തീറ്റിച്ചുകൊണ്ടു സംസാരിക്കുന്നു.

"ഇക്കാക്കന്റെ പുസ്തകം തിന്നിട്ടും നിനക്ക് വിശപ്പു കെട്ടില്ല അല്ലേ ആടേ..."

എട്ടുകാലി മമ്മൂഞ്ഞ്, ആനവാരി രാമൻനായർ, പൊൻകുരിശുതോമാ എന്നിവർ വട്ടംകൂടിയിരുന്നു സൊറ പറയുന്നു.

കൊറുമ്പിയമ്മ ഒറ്റയ്ക്കിരുന്ന് പരിഭവം പറയുന്നു.

"മുകുന്ദനിക്കിപ്പം ഞമ്മളെ ആരേം ബേണ്ടപോലെ. ആലപ്പുഴക്കാരത്തി കറുത്തമ്മയോടാ പിരിശമെന്നല്ലേ ഓൻ പറേന്നത്."

പളനിയും പരീക്കുട്ടിയും ഒന്നിച്ചിരിക്കുന്നു.

"നമ്മള് രണ്ടുപേരും അവക്കുവേണ്ടി പെടഞ്ഞുമരിച്ചു. അവക്കാകട്ടെ മുകുന്ദനോടായിരുന്നു പ്രേമം. വിഡ്ഢികള്..."

"നിങ്ങ അങ്ങനെ പറയരുത്. കൊച്ചുമുതലാളി എന്റെ ഉയിരായിരുന്നു. മുകുന്ദൻ എന്നെ പ്രേമിക്കുന്നത് ഇതാ ഇപ്പം നിങ്ങള് പറഞ്ഞപ്പോഴാ ഞാൻ അറിയുന്നത്."

"അപ്പം ഞാൻ നിനക്ക് ആരുമായിരുന്നില്ല അല്ലേ? അരയത്തി പെഴ ച്ചപ്പം കടലമ്മ എന്നെയങ്ങു കൊണ്ടുപോയി...."

പളനി ശോകമൂകനായി നടന്നകലുന്നു.

കറുത്തമ്മ കരച്ചിലേ കരച്ചില്.

പരീക്കുട്ടി സമാധാനിപ്പിക്കാനായി അടുത്തുചെന്നപ്പോൾ അവൾ വിലക്കുന്നു......

"അരുത് കൊച്ചുമുതലാളീ...അരുത്."

കറുത്തമ്മയുടെ കണ്ണീരു കാണാനാവാതെ ഞാൻ പറഞ്ഞു:

"ഇന്നത്തേക്ക് ഇത്രയും മതി. പൂവാം."

കണ്ണു തുറന്നപ്പോൾ ഞാൻ ബാൽക്കണിയിലിരിക്കുന്നു.

കുഞ്ഞാമി സംശയത്തോടെ അടുത്തു നിൽപ്പുണ്ട്

"നിങ്ങള് ആരോടേ വർത്തമാനം പറഞ്ഞത്?"

"കുയിലിനോട്."

"കുയിലിനോടോ? എന്റെ റബ്ബേ...നിങ്ങക്കിതെന്തു പറ്റി?"

"കൂഹു...കൂഹു...."

കുയിൽ പാടി.

"നാളെ കാണാം." എന്നുപറഞ്ഞ് ഞാൻ അകത്തേക്ക് നടന്നു.

"ഞമ്മക്ക് ഡോക്ടറെ ഒന്നു കണ്ടാലോ?"

– പിന്നാലെ വന്ന കുഞ്ഞാമി ചോദിച്ചു.

"നിനക്കെന്താ സുഖമില്ലേ?"

"എനക്കല്ല, നിങ്ങളെ കാണിക്കാനാ."

"എനിക്കൊന്നുമില്ല."

ഞാൻ കുളിക്കാനായി കുളിമുറിയിൽ കയറി.

പിറ്റേദിവസം രാവിലെ കുയിൽ എന്നെ വീണ്ടും കൂട്ടിക്കൊണ്ടു പോയി.

ഒരിടത്ത് തീയ് ആളിക്കത്തുന്നു. ആരൊക്കെയോ വിരണ്ടോടുന്നു. പരസ്പരം വാളോങ്ങുന്നു. തെറിയഭിഷേകം.

"അവിടെ എന്തുപറ്റി?"

"നോക്കാം നമുക്ക്?" കുയിൽ താഴോട്ടിറങ്ങി.

ഇരുവിഭാഗക്കാർ തമ്മിലുള്ള ലഹളയാണെന്ന് സംഭാഷണത്തിൽ നിന്നു മനസിലായി.

"ഗോവിന്ദൻകുട്ടി നീ ഞങ്ങടെ ആളാ. നിന്നെ തൊട്ടുകളിച്ചാ അവരെ ഞങ്ങൾ ചുട്ടെരിക്കും."

"ഓൻ അബ്ദുള്ളയാ. ഓനെ തൊട്ടാ തീക്കളി....അവുള്ളേ ഇഞ്ഞി ഇങ്ങു പോന്നാളാ മോനേ....."

ഇരുവിഭാഗവും എന്തിനും തയാറായി നിൽക്കുന്നു.

"അരുത്....എനിക്കുവേണ്ടി നിങ്ങള് നാട് നശിപ്പിക്കരുത്. ഞാൻ ഗോവിന്ദൻകുട്ടിയല്ല, അബ്ദുള്ളയുമല്ല. വെറുമൊരു മനുഷ്യൻ."

–അയാൾ ഗർജിക്കുന്നു.

"ആ കുട്ടിയെ ഇങ്ങട് തരൂ ഗോയിന്ദൂട്ടീ....അവൻ ഞങ്ങടെ ജാതിയാ. ഇങ്ങട്ട് തന്നാളീം...."

"അല്ല കൂട്ടരേ ഇവന്റെ പേര് വോട്ടർപ്പട്ടികയിലുണ്ടോ?"

ആരോ ചോദിക്കുന്നു.

"ലിസ്റ്റെടുത്തു നോക്ക്."

"ഗോവിന്ദൻകുട്ടി...ഇല്ല....അബ്ദുള്ള....അതുമില്ല."

"വെറുതെ നേരം മെനക്കെടുത്താതെ വരീൻ കൂട്ടരെ."

പെട്ടെന്ന് ആൾക്കൂട്ടം എങ്ങോ പോയ്മറഞ്ഞു.

"ഇന്നു മതി. ഇത്തരം ദുരിതക്കാഴ്ചകൾ മേലാലെനിക്ക് കാണണ്ട. സ്നേഹക്കാഴ്ചകൾ മതീട്ടോ."

"ഇതാ ഇപ്പളത്തെ സ്ഥിതി ഡോക്ടരേ..... എപ്പം നോക്കിയാലും എന്തൊക്കെയോ പറഞ്ഞുകൊണ്ടിരിക്കും."

കുഞ്ഞാമി പറയുന്നതുകേട്ട് ഞാൻ പകച്ചുനോക്കി. കഴുത്തിൽ കുഴൽ തൂക്കിയ താടിക്കാരൻ ഡോക്ടർ എന്നെ ശ്രദ്ധിച്ചുകൊണ്ട് അടുത്തു നിൽക്കുന്നു.

"നമുക്ക് ആശുപത്രിവരെ ഒന്നു പോകാം."

"എന്തിനാ....വേണ്ട."

"വേണം....."

"ഞാനെവിടെയാ...?" കണ്ണുകളിൽ മയക്കം......

"കൂഹു... കൂഹു... "

2

ആകാശപ്പറവകൾ

'**ലാ**ഹിലാഹ ഇല്ലല്ലാഹ് ലാഹിലാഹ ഇല്ലല്ലാഹ്.'

മയ്യത്തുകട്ടിൽ ചുമന്നുകൊണ്ടുപോകുന്നവരുടെ ഒച്ച അകന്നകന്ന് ഇല്ലാതായി. അവൾ പോവുകയാണ്.... വെറും മൂന്നു കഷ്ണം തുണിയുമായി. ഒപ്പനപ്പാട്ടിന്റെ ഈണവുമായി. പട്ടുചേല ചുറ്റിയില്ല. കാതിലും കഴുത്തിലും പൊന്നും മിന്നുമണിഞ്ഞില്ല. കൈവെള്ളയിൽ മയിലാഞ്ചിയുടെ ചുവപ്പില്ല, അത്തറിന്റെ പരിമളമില്ല. അണിഞ്ഞൊരുങ്ങി ആഘോഷത്തോടെ പോകുമെന്നായിരുന്നല്ലോ മോളെ നീ പറഞ്ഞത്.

"ഇന്റെ മംഗലം കയിഞ്ഞ് പുതുക്കം കൊണ്ടോവുമ്പോ ചോന്ന പട്ടിന്റെ ചേല വേണം. കയിത്തില് നെറയെ മാല. കൈയില് മുട്ടോളം വള. കാലിൽ കുങ്കുരു–മണിയുള്ളത്; കൈയിലും കാലിലും മയിലാഞ്ചിയിട്ട് ചോപ്പിക്കണം. ചെമ്പരത്തിപ്പൂവിന്റെ നെറം. അപ്പം ഞാൻ കമറൂനേക്കാളും മൊഞ്ചത്തിയാവും ല്ലേമ്മാ?"

പറയുമ്പോൾ മുഖത്ത് ചുവപ്പ്. കോടിയ ചുണ്ടിൽ വിടർന്ന ചിരി. പുറത്തേക്കു തള്ളിയ കണ്ണുകളിൽ ആഹ്ലാദത്തിന്റെ തിളക്കം. കേൾക്കുമ്പോൾ കണ്ണു നിറയും. ബുദ്ധിയുറയ്ക്കാത്ത, ഇടയ്ക്കിടെ അപസ്മാരമിളകി വീഴുന്ന, കാണാൻ ചേലില്ലാത്ത പെണ്ണിനെ ആരു കൈയേൽക്കും? ഹൈറുവിനെ പ്രസവിച്ചതു മുതൽ മനസിനെ അലട്ടുന്ന ചോദ്യം. അതവളെ എങ്ങനെയാണ് പറഞ്ഞു മനസിലാക്കുക? മിണ്ടാതിരിക്കുന്നതു കണ്ടാൽ അവൾ കരച്ചിൽ തുടങ്ങും. കണ്ടാൽ മുതിർന്ന പെണ്ണ്. എന്നാലും ചെറിയ കുട്ടികളെപ്പോലെ നിലത്തിരുന്ന് കൈകാലിട്ടടിച്ച് നിലവിളിക്കും.

"ഇന്നോടാരിക്കും ഇഷ്ടല്ല. ബാപ്പാക്കും കണ്ടൂടാ. ഉമ്മാക്കും കണ്ടൂടാ. അതല്ലേ ഇന്റെ മംഗലം കയിച്ചു തരാത്തത്? കമറൂന്റെ കല്യാണത്തിന്

മുട്ടും പാട്ടും ഘോഷമ്പം. ഇനിക്കും മാണം കല്യാണം. ഒപ്പനേം പെട്ടി പ്പാട്ടും മേണം. ഞാനും മൊഞ്ചത്തിയാ."

കരഞ്ഞുകൊണ്ടാണ് പറച്ചിൽ. കാണുന്നവർക്ക് തമാശ. അവളെ നൊന്തുപെറ്റ തള്ളയ്ക്ക് അതു തമാശയായി കാണാൻ കഴിഞ്ഞില്ല.

"ന്റെ മോള് മൊഞ്ചത്തിയാ. മോക്കും വരും മൊഞ്ചനൊരു പുതിയാപ്ലാ."

അവളെ സമാധാനിപ്പിക്കുമ്പോൾ മനസു പിടയും.

കമറുന്നിസ ഹൈറുന്നിസയുടെ അനിയത്തിയാണ്. കാണാൻ ചേലുള്ള കുട്ടി. അതുകൊണ്ടുതന്നെ പതിനാറു തികയുംമുമ്പേ കല്യാ ണാലോചനക്കാരുടെ തിരക്കായിരുന്നു.

"ഏട്ടത്തി നിൽക്കേ അനിയത്തിയെ അയയ്ക്കുന്നതു ശരിയല്ല. ആദ്യം ഹൈറുവിനൊരാളെ നോക്ക്."

വാശിപിടിച്ചപ്പോൾ അവളുടെ ഉപ്പ കയർത്തു:

"അതിനോ ബുദ്ധിയുറച്ചില്ല. കല്യാണംന്നുവെച്ചാ എന്താന്ന് ഓക്ക് നിശ്ചയണ്ടോ? ഓളപ്പരംകൂടി അന്റെ ബുദ്ധിയും കെട്ടുപോയോ?"

"ന്നാലും ..... ഓളെ പൂതിയല്ലേ?"

"നമ്മളന്വേഷിക്കാഞ്ഞിട്ടാണോ? എന്തു കൊടുക്കാനും ഞാനൊ രുക്കാ. എന്നിട്ടും ഒരാളും സമ്മതിക്കില്ലാച്ചാൽ? മറ്റതു മൂലക്കിരിക്കട്ടെ എന്നാണോ നീ പറേന്നത്?"

അവൾക്ക് അതിനു മറുപടിയില്ല. ആറ്റുനോറ്റും അനേകായിരം നേർച്ചകൾ നേർന്നുമാണ് ഹൈറുവിനെ ഗർഭം ധരിച്ചത്. കല്യാണം കഴിച്ച് ഒരു കൊല്ലം കഴിഞ്ഞിട്ടും പ്രസവിക്കാതായപ്പോൾത്തന്നെ ഭർത്താവിന്റെ വീട്ടുകാർ മുറുമുറുപ്പ് തുടങ്ങിയിരുന്നു. സ്വത്തും പണവും ധാരാളമുണ്ടാ യതുകൊണ്ടും അവളുടെ ബാപ്പ പ്രതാപി ആയതുകൊണ്ടും അടങ്ങിയ താണ്. ആദ്യമൊക്കെ ഭർത്താവ് കൂടെയുണ്ടെന്ന തോന്നലായിരുന്നു.

"ഒരു കുഞ്ഞിക്കാല് കാണാൻ ഉമ്മയ്ക്കും ബാപ്പയ്ക്കും ഏറെയുണ്ട് പൂതി. ഒരനന്തരാവകാശി ആർക്കായാലും വേണല്ലോ. ഇയ്യ് അന്റെ ബാപ്പാനോട് പറഞ്ഞ് സമ്മതിപ്പിക്കണം. അനക്കിവിടെ ഒന്നിന്റെ കൊറവും ഉണ്ടാവൂലാ."

അദ്ദേഹം പറഞ്ഞതു കേട്ടപ്പോൾ മനസു പുകഞ്ഞു.

"ഇന്നെ ഇന്റെ പൊരേ കൊണ്ടാക്കിത്തന്നിട്ട് എന്തു വേണോന്നു വെച്ചാ ആയിക്കോ."

പറയുമ്പോൾ കരളിൽ ചോര പൊടിഞ്ഞു. അതിനുശേഷം അദ്ദേഹ ത്തിനും മുറുമുറുപ്പ്. ഭർത്താവിന്റെ ഉമ്മ കുത്തും മുനയുംവച്ചു സംസാ രിച്ചു. എല്ലാ ആശയും അറ്റ് മനംനൊന്ത് കണ്ണീരും കൈയുമായി ഇരി ക്കുന്ന കാലത്താണു ഹൈറു വയറ്റിൽ ജന്മമെടുത്തത്. ആദ്യം വിശ്വസി ക്കാൻ കഴിഞ്ഞില്ല. എല്ലാം തോന്നലായിരിക്കും എന്നാണു കരുതിയത്. പക്ഷേ, ശരീരത്തിൽ മാറ്റങ്ങൾ കണ്ടുതുടങ്ങിയപ്പോൾ, വയറിന് കനം വച്ചപ്പോൾ മനസു തുടിച്ചു.

"എനക്കൊന്ന് പൊരയിൽപ്പോണം. ബാപ്പയോട് ചെലത് പറയാനുണ്ട്."

കേട്ടപ്പോൾ ഭർത്താവിനു സന്തോഷം. ഭർത്താവിന്റെ ഉമ്മ പെണ്ണന്വേഷിക്കുന്ന വിവരം ചെവിയിലെത്താതിരുന്നില്ല. എന്നിട്ടും അതിനെക്കുറിച്ച് ഒന്നും മിണ്ടാതിരിക്കാനാണു തോന്നിയത്. അദ്ദേഹംതന്നെയാണ് അവളെ വീട്ടിൽ കൊണ്ടാക്കിയത്. വീട്ടിലെത്തി അദ്ദേഹം പോകാൻ ഇറങ്ങിയപ്പോൾ പറഞ്ഞു:

"ഇങ്ങക്കൊരു അനന്തരാവകാശി വരാൻ പോണു. ഇനി വേറെ പെണ്ണുകെട്ടണമെങ്കി ആയിക്കോ."

"നേരാണോ ബിയ്യാത്തു? ഇയ്യെന്താ നേരത്തെ പറയാഞ്ഞത്?"

"നല്ലോണം ഒറപ്പായിട്ട് പറയാന്ന് കരുതി."

എന്തും നേരിടാനുള്ള കരുത്തു നേടിയതുപോലെ തോന്നി.

പിറ്റേദിവസം ഉമ്മയും പരിവാരങ്ങളുമെത്തി അവളെ കൂട്ടിക്കൊണ്ടുപോയി. അന്നുമുതൽ ചികിത്സയും തുടങ്ങി. വൈദ്യരുടെ നെയ്യും കഷായവും മുസലിയാർ മന്ത്രിച്ചൂതിയ ചരടും ഏലസും ഉമ്മതന്നെ അരയിൽ കെട്ടി. വീട്ടിൽ എന്നും നേർച്ചയും മൗലൂദും. *ഖുർആൻ* സൂക്തങ്ങൾ പിഞ്ഞാണത്തിലെഴുതി വെള്ളംകൊണ്ടു കഴുകി രാവിലെയും വൈകിട്ടും നിത്യവും കുടിപ്പിക്കണം. എന്നിട്ടും പത്തു മാസം തികഞ്ഞപ്പോൾ പെറ്റ കുട്ടിയെക്കണ്ട് അന്തംവിട്ടു. കോടിയ ചുണ്ടുകൾ, പുറത്തേക്കുന്തിയ കണ്ണുകൾ. സ്വാധീനമില്ലാത്ത അയഞ്ഞുതൂങ്ങിക്കിടക്കുന്ന കൈകൾ. ആറു വിരലുകൾ. ആകപ്പാടെ ഒരു വികൃതരൂപം. കഴുത്തു ഞെരിച്ചു കൊല്ലാനാണ് ആദ്യം തോന്നിയത്. കുട്ടി വിശന്നു കരഞ്ഞിട്ടും മുലകൊടുക്കാൻ കൂട്ടാക്കിയില്ല. ഉമ്മ അതിനെ അടുത്തു കിടത്തി മുലക്കണ്ണുകൾ വായിലിട്ടു കൊടുത്തപ്പോൾ കണ്ണ് മുറുകെ ചിമ്മി. മാറു ചുരന്നപ്പോൾ മനസ്സ് ആർദ്രമായി. വെറുപ്പ് ഉരുകി ഒലിച്ചു. കോടിയ ചുണ്ടുകളിൽ ഉമ്മ വച്ചപ്പോൾ കണ്ണു നിറഞ്ഞു.

ഉണ്ടക്കണ്ണുകൾ താമരയല്ലികളായി. ഇഴഞ്ഞ സ്വരത്തിൽ കുട്ടി ആദ്യമായി 'ഇമ്മ' എന്നു വിളിച്ചപ്പോൾ മനസിൽ പൂവിരിഞ്ഞു. പെട്ടെന്നൊരു ദിവസം കുട്ടിയുടെ ദേഹം ചുട്ടുപൊള്ളി. അപസ്മാരമിളകി കുട്ടി ആകെ വിറച്ചു. വായിൽനിന്നു നുരയുംപതയുമൊഴുകി. പെട്ടെന്നു തണുത്തുറഞ്ഞു. മരിച്ചെന്നുതന്നെ എല്ലാവരും ഉറപ്പിച്ചു.

"അതു പോണതു തന്യാ നല്ലത്."

ആരോ പറഞ്ഞതു കേട്ട് കുട്ടിയെ കെട്ടിപ്പിടിച്ച് അലമുറയിട്ടു.

"ഓളെന്റെ ജീവനാണ്. ഞാൻ വിട്ടുകൊടുക്കില്ല...."

അള്ളാഹു പ്രാർഥന കേട്ടിരിക്കും. അല്ലെങ്കിൽ കുഞ്ഞിന്റെ ആയുസ്സറുതി എത്തിയിട്ടില്ലായിരിക്കും. എന്റെ ഹൈറു ജീവിച്ചു. ഹൈറു പിച്ച വെച്ചു നടക്കാൻ തുടങ്ങിയപ്പോഴായിരുന്നു രണ്ടാമത്തെ പ്രസവം. അതു പക്ഷേ, ചാപിള്ളയായിരുന്നു. പിന്നീട് കമറുവിനെ പ്രസവിച്ചു. അവൾക്കു താഴെ രണ്ടാൺമക്കൾ. കാണാൻ ചേലുള്ള മക്കൾ. ബുദ്ധിക്ക് തകരാറില്ലാത്തവർ. എന്നിട്ടും എല്ലാവരെക്കാളും എന്നും പ്രിയം ഹൈറുവിനോടായിരുന്നു.

അസുഖം മാറിയതോടെ ഇടയ്ക്കിടെ അപസ്മാരമിളകുക പതിവായി. വിചാരിച്ചിരിക്കാതെയാണ് എടുത്തടിച്ചപോലെ താഴെ വീഴുക. കൈകാലിട്ടടിക്കുന്ന ഒച്ച കേട്ട് ഓടിയെത്തുമ്പോൾ അവൾ തലനിലത്തിട്ടുരുട്ടി വായിൽനിന്ന് നുരയുംപതയുമൊലിപ്പിച്ച് കിടക്കുന്നുണ്ടാകും. അടുത്തേക്കു ചെല്ലാൻ എല്ലാവർക്കും പേടി. ആരും തിരിഞ്ഞുനോക്കാറില്ല. ഉമ്മ സ്ഥലത്തില്ലെങ്കിൽ ഒരിറ്റുവെള്ളം പോലും ആരും കൊടുക്കില്ല. ഒരു പഴയ താക്കോൽ അവളുടെ പാവാടച്ചരടിൽ എപ്പോഴും കെട്ടിയിടും. ആർക്കെങ്കിലും അലിവുതോന്നി അതൊന്നു കൈയിൽ പിടിപ്പിച്ചെങ്കിൽ! ഉപ്പ വീട്ടിലുണ്ടെങ്കിൽ ചെന്നാലായി. കുറച്ചുകഴിയുമ്പോൾ അവൾ പഴയ സ്ഥിതിയിലാകും. എഴുന്നേറ്റിരുന്നു ചുറ്റും പകച്ചുനോക്കും. സ്ഥലകാലബോധമില്ലാത്തതുപോലെ. അവളുടെ കണ്ണുകൾ ചുറ്റും പരതും. ഉമ്മയെ കാണുമ്പോൾ ആ കണ്ണുകളിൽ ആശ്വാസം. ഒന്നും സംഭവിച്ചിട്ടില്ലാത്ത മട്ടിൽ എഴുന്നേറ്റുവന്ന് ഉമ്മയുടെ കൈ പിടിക്കുന്നു.

മറ്റു കുട്ടികൾക്ക് അവളെ പേടിയാണ്. മൂക്കത്താണ് അരിശം. കലികയറിയാൽ അവളാകെ മാറും. കൈയിൽക്കിട്ടുന്നത് ആളെ നോക്കാതെ മുഖത്തേക്കു വലിച്ചെറിയും. ഉണ്ടക്കണ്ണിച്ചി, പൊട്ടത്തിപ്പാറു എന്നൊക്കെ വിളിച്ച് പരിഹസിക്കുമ്പോഴാണ് അവളുടെ സ്വഭാവം മാറുന്നത്. അവളെ അരിശം പിടിപ്പിക്കരുതെന്നു പറഞ്ഞാൽ ആരു കേൾക്കാൻ? സ്വന്തം സഹോദരങ്ങൾക്കുപ്പോലും അവളോട് അറപ്പും വെറുപ്പുമായിരുന്നു. ആരും അവളെ കൂട്ടത്തിൽ കൂട്ടില്ല. പാവം എന്റെ മോൾ.... എല്ലാവരും വെറുത്തപ്പോഴും അവൾ എല്ലാവരെയും സ്നേഹിച്ചു. എന്തെങ്കിലും തിന്നാൻ കൊടുത്താൽ ആദ്യം ചോദിക്കുക ഉമ്മ തിന്നോ എന്നാണ്. വീട്ടിൽ എന്തെങ്കിലും വിശേഷിച്ച് ഉണ്ടാക്കിയാൽ ആദ്യം കൊടുക്കുക ഹൈറുവിനാണ്. അതു വീതിച്ച് എല്ലാവർക്കും കൊടുത്തിട്ടേ അവളുടെ പങ്ക് തിന്നൂ. ആരെങ്കിലും വാങ്ങാൻ കൂട്ടാക്കിയില്ലെങ്കിൽ അവളുടെ ചുണ്ടുകൾ വിറയ്ക്കും. കണ്ണു നിറയും.

ശരീരം തളർന്നിട്ടും മനസ്സ് തളർന്നില്ല. പതിന്നാലിൽ മൂന്നു വയസിന്റെ ബുദ്ധി. പതിനാറു വയസായപ്പോഴേക്ക് അവൾ ഒത്ത പെണ്ണായി. വയസറിയിച്ചപ്പോൾ അവൾ കരഞ്ഞു ബഹളം കൂട്ടി.

“ഉമ്മാ, ...ചോര....ഞാൻ മരിച്ചുപോകും.”

എല്ലാ സ്ത്രീകൾക്കും അങ്ങനെയുണ്ടാവും എന്നു പറഞ്ഞ് സമാധാനിപ്പിക്കാൻ നോക്കിയിട്ടു സാധിച്ചില്ല. ഏഴു ദിവസം അവൾ ഒരേ കിടപ്പായിരുന്നു. എന്താണു കാര്യമെന്ന് താനാരോടും പറഞ്ഞതുമില്ല. അടുത്ത മാസം അതേ തീയതി ആയപ്പോൾ മനസിൽ തീയായിരുന്നു. പക്ഷേ, പിന്നീടൊരിക്കലും ഹൈറുവിന് ഒന്നും ഉണ്ടായില്ല. അപ്പോൾ മനസ്സ് കരഞ്ഞോ, അതോ ചിരിച്ചോ?

കല്യാണമെന്നു കേട്ടാൽ ഹൈറു തുള്ളിച്ചാടും. ഉമ്മ പോകുന്ന കല്യാണങ്ങൾക്കെല്ലാം മുന്നിട്ടിറങ്ങുന്നത് അവളാണ്. രാവിലെ മുതൽ ചമഞ്ഞൊരുങ്ങാൻ തുടങ്ങും. കണ്ണിനകത്തും പുറത്തും മഷി എഴുതി

മുഖത്ത് പൗഡർ വാരിപ്പൂശി അവൾ പോകാൻ തിരക്കുകൂട്ടും. കൊണ്ടു പോവില്ലെന്നു പറഞ്ഞാൽ നിലത്തു കിടന്നുരുണ്ടു നിലവിളി തുടങ്ങും. സങ്കടപ്പെട്ടാൽ അപ്പോൾ ദെണ്ണമിളകും. അതുകൊണ്ട് ആരുപറഞ്ഞാലും കൂട്ടാക്കാതെ അവളെയും കൊണ്ടുപോകും. ചെന്നാൽ ഒരിടത്ത് അട ങ്ങിയിരിക്കുന്ന പതിവ് അവൾക്കില്ല. എല്ലാ സ്ഥലത്തും അവളെത്തും. പുതിയ പെണ്ണിന്റെ തൊട്ടടുത്ത് ഇരിക്കണം അവൾക്ക്. മണവാട്ടിയെ തൊട്ടും തലോടിയും ഇരിക്കുന്നതു കാണുമ്പോൾ ആരെങ്കിലും പിടിച്ചു മാറ്റിയെന്നുവരും. അതവളെ അരിശം പിടിപ്പിക്കും. അവസാനം ദെണ്ണമി ളകിവീഴുന്നതോടെ കല്യാണവീട്ടുകാരുടെ മുഖം കറുക്കുന്നു. അതോടെ എങ്ങനെയെങ്കിലും അവിടന്നു രക്ഷപ്പെടാനുള്ള വെമ്പൽ.

"എന്തിനാ ബിയ്യാത്തു നാട്ടാരെക്കൊണ്ടു പറയിപ്പിക്കുന്നത്? പോകു ന്നിടത്തൊക്കെ ആ പണ്ടാരത്തിനെ വലിച്ചുകെട്ടിക്കൊണ്ടു പോകണ്ടാന്നു പറഞ്ഞാൽ കേക്കില്ലാച്ചാൽ? ആകെ മാനക്കേടായി."

ഹൈറുവിന്റെ ഉപ്പ അരിശപ്പെട്ടതോടെ പുറത്തിറങ്ങുന്ന പതിവ് നിർത്തി. ആരെങ്കിലും അണിഞ്ഞൊരുങ്ങി കല്യാണത്തിനു പോകാനിറ ങ്ങുന്നതു കാണുമ്പോൾ ഹൈറു നിലത്തു വീണുരുണ്ട് നിലവിളി തുട ങ്ങും. സഹിക്കാൻ കഴിയാതെ പലതവണ അവളെ കൈയിൽ കിട്ടിയ തുകൊണ്ട് അടിച്ചിട്ടുണ്ട്. അപ്പോൾ അവൾ തേങ്ങിക്കരഞ്ഞുകൊണ്ടു മൂല യിൽ പതുങ്ങും.

"ഇന്നെ കാണാൻ ചേലില്ലാഞ്ഞിട്ടാ എങ്ങട്ടും കൊണ്ടുപോവാഞ്ഞത് അല്ലേ? ഇന്നെ മംഗലം കയിക്കാനും ആരും വരൂല്ലാന്നാ കമറു പറേണത്. തന്നേമ്മാ?"

ഇടയ്ക്കവൾ ചോദിക്കാറുണ്ട്. അവളുടെ ചോദ്യങ്ങൾക്കൊന്നും ഒരി ക്കലും ഉത്തരം പറയാൻ കഴിയാറില്ല. ബുദ്ധിക്കു മാന്ദ്യമുണ്ടെങ്കിലും ചങ്കിൽ തറയ്ക്കുന്ന ചോദ്യങ്ങളേ അവളുടെ നാക്കിൽ വരൂ.

"ഞങ്ങളിറങ്ങണൂട്ടോ. കെടന്നു വലയാണ്ടേ പോയത് നന്നായെന്ന് കൂട്ടിക്കോളിൻ."

ആരോ വന്ന് കൈപിടിച്ച് യാത്രചോദിച്ചു. അതോടെ ഓരോരുത്ത രായി വന്നു യാത്ര പറഞ്ഞു. സമാധാനിപ്പിക്കാൻ പറഞ്ഞ ഓരോ വാക്കും മനസിനെ നീറ്റാനെ ഉതകിയുള്ളൂ.

"പത്തിരുപത്തഞ്ച് വയസായ ഒരു പെങ്കൂട്ടീനെ പൈതലിനെപ്പോലെ എത്രകാലംന്നച്ചിട്ട് നോക്കിക്കൊണ്ടു നടക്കാൻ ഇങ്ങക്കാവും? ഇത്രേം കാലം നോക്ക്യേന്റെ കൂലി ഇങ്ങക്ക് ആഖിറത്തിൽ ചെന്നാ കിട്ടാണ്ടിരി ക്കൂലാ."

ആരോ പറഞ്ഞപ്പോൾ ഒരാട്ടു കൊടുക്കാനാണു തോന്നിയത് അട ങ്ങി. ഇനിയും അവിടിരുന്നാൽ പലതും കേൾക്കേണ്ടിവരും. എഴുന്നേറ്റ് തളത്തിലേക്കു ചെന്നു. ജനം പിരിഞ്ഞപ്പോൾ ആശ്വാസം. വീടുനിറയെ മണ്ണും പൊടിയും. ആരോ അടിച്ചുവാരുന്നുണ്ട്. സാധാരണ വീടു വൃത്തിയാക്കുന്നത് ഹൈറുവാണ്. ആര് അടിച്ചുവാരിയാലും അവൾക്ക്

തൃപ്തിയാവില്ല. കാലുകൊണ്ടു തടവിനോക്കി മണ്ണുണ്ടെന്നു കണ്ടാൽ വീണ്ടും അടിച്ചുവൃത്തിയാക്കും. അവളുടെ കാര്യമായിട്ടുള്ള പണിയും അതുതന്നെ. നടുവകത്ത് അപ്പോഴും കുന്തിരിക്കത്തിന്റെയും ചന്ദനത്തിന്റെയും മണം തങ്ങിനിന്നിരുന്നു. നടുവകത്താണ് ഹൈറുവിന്റെ അറ. അവൾ എന്നും പൊടി തട്ടിയും മാറാല അടിച്ചും വൃത്തിയാക്കി അണിയിച്ചൊരുക്കി ഇടാറുള്ള അവളുടെ അറ കുത്തിമറിച്ചിട്ടിരിക്കുന്നു. ഒരു കുട്ടിയെ അതിനകത്തു കടക്കാൻ അവൾ അനുവദിക്കാറില്ല. ആങ്ങളമാരാരെങ്കിലും കട്ടിലിൽ കിടന്നുപോയാൽ അന്നു ലഹളയാണ്. അവരെ അതിനകത്തു നിന്ന് അടിച്ചിറക്കി കിടക്കയും തലയണയും വെയിലത്ത് ഉണക്കാനിടുന്നു. മുറി തേച്ചുകഴുകി ചന്ദനം പുകയിച്ച് പൂട്ടി താക്കോൽ അരയിൽ തിരുകുന്നു.

"എന്തിന്റെ കേടാ കുട്ട്യേ നിനക്ക്? ആരെങ്കിലും ഇരുന്നുന്നെച്ചിട്ട് എന്താ തകരാറ്?"

"സലാം വരുമ്പോ അറ വൃത്തിയില്ലെങ്കിൽ പെണങ്ങിപ്പോവൂലേ?"

കേൾക്കുമ്പോൾ ഉള്ളം നീറും.

"ഇത്താത്തായ്ക്ക് പെരാന്താ. സലാമ്ക്ക ഏഴു കടലും കടന്ന് എത്തേണ്ടിടത്ത് എത്തീട്ടുണ്ടാകും. ഇപ്പോ വേറെ പെണ്ണും കുട്ട്യോളും ആയിട്ട് കഴീന്നുണ്ടാകും."

കമറു പറയുമ്പോൾ ഹൈറുവിന്റെ മുഖത്തു കോപം കത്തുന്നു. ഉണ്ടക്കണ്ണുകളിൽ തീ പാറുന്ന നോട്ടം.

"അന്റെ മാപ്പളയാ വേറെ പെണ്ണു കെട്ടിയത്. കള്ളത്തി നീയാ സലാമിനെ പറഞ്ഞയച്ചത്."

വാക്കുകൾ ഇടറുന്നു.

"ഇത്താത്താന്റെ മരമോന്തേം മട്ടും മാതിരിയും കണ്ടാൽ...."

ഹൈറു സങ്കടത്തോടെ ഉമ്മയെ നോക്കുന്നു. അവളുടെ ഉണ്ടക്കണ്ണുകൾ പുറത്തേക്കു തള്ളുന്നു. ചുണ്ടുകൾ കോടി കാലിടറി താഴെ വീണ് അവൾ പിടയുന്നു.

"നെന്റെ സ്വന്തം രക്തമല്ലേടീ, അവള്? ലേശം അലിവ് കാണിച്ചാലെന്താ നിനക്ക്?"

"ഉമ്മ ഒരാളാ ഇത്താത്താനെ ചീത്തയാക്കുന്നത്. ഇത്താത്താന്റെ മാപ്പളപ്പൂതി മാറാൻ ഉമ്മ കല്യാണം കഴിപ്പിച്ചു. എന്നിട്ടോ? പിറ്റേന്ന് മൂപ്പര് സ്ഥലം വിട്ടില്ലേ? ഞാനയാളെ കുറ്റം പറയൂലാട്ടോ. ഇനിക്ക് ഇത്താത്താന്റെ മുറീല് കെടക്കാൻതന്നെ പേടിയാ."

"കമറൂ...."

ആ വിളിയിൽ അരിശവും വേദനയും അടക്കി. കമറു താഴെ കിടന്നു പിടയുന്ന ഇത്താത്തായെ ഒന്നു നോക്കുകപോലും ചെയ്യാതെ സ്ഥലം വിടുന്നതു കാണുമ്പോൾ മനസു പുകയും. തനിക്കെന്തെങ്കിലും വന്നുപോയാൽ ഹൈറുവിന് ആരുണ്ടൊരു തുണ? ആ ചിന്ത മനസിന് എന്നും ഭാരമായിരുന്നു. ആ ഭാരവും അവൾതന്നെ ഇറക്കിവച്ചു.

കമറുവിന് കല്യാണം നിശ്ചയിച്ചപ്പോൾതൊട്ട് കരച്ചിലായിരുന്നു. അവൾക്കുംവേണം കല്യാണം. കമറുവിന് ഒരുക്കിയതുപോലെ അറ വേണം പണ്ടങ്ങൾ വേണം. പട്ടുസാരി വേണം. എല്ലാം വാങ്ങിച്ചു കൊടുത്തു.

"പിയ്യാപ്ല വരാത്തതെന്താ? കല്യാണം കയിക്കാത്തതെന്താ?"

കേൾക്കുമ്പോൾ ബാക്കിയുള്ളവർക്ക് ചിരി. ഉമ്മയുടെ മനസാകട്ടെ കത്തിപ്പുകഞ്ഞു. ഉപ്പയോടു പറയുമ്പോൾ കലിതുള്ളും.

"ഞാനേതു ബഹറിച്ചെന്നു പുതിയാപ്ലനെ തപ്പിക്കൊണ്ടരണമെന്നാ നീ പറേന്നത്? ഞമ്മക്കൊരു കാര്യം ചെയ്യാം. ഓളെ പുതിയോട്ടിയാക്കി ചമയിച്ച് പാട്ടുംപാടി അറയിലാക്കാം. ഓക്കതു മതി. അടങ്ങിക്കോളും."

എങ്കിലും ആശ കൈവിട്ടില്ല. പലരോടും പറഞ്ഞേൽപ്പിച്ചു. പള്ളിയിൽ മതപ്രസംഗത്തിനു വന്ന തെക്കൻ മുസലിയാരാണ് സലാമിന്റെ കാര്യം പറഞ്ഞത്. തെക്കനാണ്. എന്നാലും നമ്പാം. ഉമ്മ മാത്രമേ ഉള്ളൂ. തറവാടും കുലവുമൊന്നും ചേരില്ല. കാശിനു തിടുക്കമുള്ളതു കൊണ്ടാണു സമ്മതിച്ചത്.

"വല്യ കുടുംബക്കാരൊന്നുമല്ലെങ്കിലും പയ്യൻ നല്ലവനാ. പ്രശ്നാവോ..."

"ഇന്റെ കുട്ടിക്ക് കാര്യായിട്ടൊരു സൂക്കേടുമില്ല. ബുദ്ധി കുറച്ച് കമ്മിയാണ്. എന്നാലും ഓള് സ്നേഹള്ളോളാ. കണ്ടും കേട്ടും നിന്നാൽ മതി."

മുസലിയാരെ സമാധാനിപ്പിച്ചു.

"ഇതു വേണോ ബിയ്യാത്തൂ? ഉറുപ്പിക അയിമ്പതിനായിരാ അയാള് ചോദിക്കുന്നത്. ഒരാഴ്ച കഴിഞ്ഞ് കളഞ്ഞിട്ട് പോയാ ആരോടു ചെന്നു ചോദിക്കും? ഒരഡ്രസൂണ്ടോ ഓന്?"

"കല്യാണം കയിഞ്ഞാ ഓളെ സൂക്കേട് മാറൂന്ന് ഇന്റെ മനസ്സ് പറയുന്നു. എത്തര ഉറുപ്യാ ഞമ്മളിപ്പോ ചെലവാക്കി. ഇതുകൂടൊന്നു നോക്കാം. ഇനി ഞാൻ ഒന്നും ആവശ്യപ്പെടൂല. ഇന്റെ പേരിലുള്ള സ്വത്ത് മുയുവൻ വിറ്റായിട്ടായാലും ഞാനിതു നടത്തും."

അങ്ങനെയാണ് സമ്മതിച്ചത്. ആഘോഷമായിട്ട് നടത്തണമെന്നുണ്ടായിരുന്നു. ആരും കേട്ട മട്ടു കാണിച്ചില്ല. ഒരു നേർച്ചക്കടം വീട്ടുന്ന മട്ടായിരുന്നു എല്ലാവർക്കും. ഹൈറു രാവിലെ കുളിച്ചൊരുങ്ങി പുതിയ സാരി ഉടുക്കാൻ വാശി തുടങ്ങി.

"വൈന്നേരാവുമ്പളേ പുതിയാപ്ല വരൂ. അപ്പോ ഉടുത്താ മതി."

"ഒരുവിധം സമാധാനിപ്പിച്ചു. വൈകുന്നേരമായപ്പോൾ അവളെ അണിച്ചൊരുക്കി പണ്ടങ്ങളണിയിച്ച് നടുവകത്തിരുത്തി.

"ഒപ്പനക്കാരെന്താ വരാത്തത്?"

അവൾ ഇടയ്ക്കിടെ ചോദിക്കുമ്പോൾ കൂട്ടച്ചിരി. അത്യാവശ്യം കുടുംബക്കാരെ മാത്രമേ വിളിച്ചിരുന്നുള്ളു. എന്നിട്ടും പേടിയായിരുന്നു. ആരെങ്കിലും എന്തെങ്കിലും ഇഷ്ടമില്ലാത്തതു പറയുന്നതുകേട്ട് കോലം മാറിയാലോ? ഒന്നുമുണ്ടായില്ല. അവൾ തലയും കുനിച്ച് മിണ്ടാതിരുന്നു. നിക്കാഹ് കഴിഞ്ഞ് ആളുകൾ പിരിഞ്ഞപ്പോൾ മണിയറയിലാക്കി വാതിലടച്ചു.

"ഇന്നലെ രാത്രി എന്തെന്നും ഹൈറു വിശേഷം? നല്ലോണം ഒറങ്ങീലേ?"

പിറ്റേന്നു രാവിലെ ആരോ ചോദിച്ചപ്പോൾ ഹൈറു പറഞ്ഞു:

"ഒറങ്ങാതെ പിന്നെ? ചെന്നപാടെ സലാം എന്റെ പൊന്നെല്ലാം അയിച്ചുവാങ്ങി അലമാരീല്വെച്ച് പൂട്ടി. പിന്നെ ഞാൻ ചോദിച്ചതിനൊന്നും മൂപ്പര് മിണ്ടീല. നാളേം മിണ്ടാലോന്ന് വെച്ച് ഞാൻ കെടന്നുറങ്ങി."

മിണ്ടാൻ പിന്നൊരു നാളെ ഉണ്ടായില്ല. വിവാഹപ്പിറ്റേന്ന് രാവിലെ ചായകുടീം കഴിഞ്ഞിറങ്ങിപ്പോയ പുതുമാരൻ പിന്നൊരിക്കലും തിരിച്ചുവന്നില്ല. ഹൈറുവിന്റെ അലമാരിയുടെ താക്കോലും കാണാനില്ലായിരുന്നു. മുസലിയാർ കൊടുത്ത അഡ്രസിൽ കത്തയച്ചിട്ട് മറുപടിയില്ല. അന്വേഷിച്ചുപോയപ്പോൾ അങ്ങനെ ഒരാളെക്കുറിച്ച് അവിടെ ആർക്കും അറിവില്ല. അലമാരി കുത്തിത്തുറന്നു നോക്കിയപ്പോൾ ഹൈറുവിന്റെ പണ്ടങ്ങളൊന്നുമില്ലായിരുന്നു.

"പോകാനുള്ളതു പോയപ്പോ ഉമ്മാന്റേം മോളേം ആശയും പൂതിയും തീർന്നില്ലേ?"

ഹൈറുവിന്റെ ഉപ്പ കുരച്ചു ചാടി.

"സലാം വരുമുപ്പാ."

ഉപ്പ അവളുടെ ചെകിട്ടത്തൊന്നു പൊട്ടിച്ചപ്പോൾ കുട്ടി പേടിച്ചു നിലവിളിച്ചു.

"അതിനെ അങ്ങ് കൊന്നാളാ...."

കേട്ടപ്പോൾ തനിക്കും കിട്ടി ഒന്ന്.

അയാൾ പിറ്റേന്നുതന്നെ സ്ഥലംവിട്ടതിൽ ആശ്വാസംതോന്നി. ഒരു ദിവസത്തെ പരിചയമല്ലേ ഉള്ളൂ. നാലു നാൾ കഴിയുമ്പോൾ ഹൈറു എല്ലാ മറക്കും. അവിടെയാണു തെറ്റിയത്. കഴിഞ്ഞതൊന്നും മറക്കാൻ അവൾ കൂട്ടാക്കിയില്ല.

"ഇന്നെ പുതുക്കം കൂട്ടിക്കൊണ്ടുപോകാൻ സലാമെന്താ വരാത്തത്? അങ്ങോട്ട് കൂട്ടിക്കൊണ്ടോവാൻ എമ്പടും പെങ്ങന്മാര് വരും. അപ്പോ ഇടാമെന്നു പറഞ്ഞാ പൊന്നു വാങ്ങി അലമാരേല് വെച്ച് പൂട്ടിയത്. സലാമിനി വരൂലേ?"

അവൾ എല്ലാവരോടും ചോദിച്ചു.

"ട്ടോമ്മാ, പുതുക്കത്തില് പാട്ടുമേണം. തലയിലിടാൻ മിന്നുന്ന നെറ്റ് വേണം. മുല്ലപ്പൂമാല വേണം. കാറ് പൂമാലകൊണ്ട് ചമയിക്കണം."

വെറുതേ അവളുടെ മുഖത്തു തറപ്പിച്ചുനോക്കിയപ്പോൾ അവൾക്ക് അരിശം വന്നു.

"എല്ലാരുംകൂടി എന്നെ പറ്റിക്ക്യാ. അല്ലേ? എന്നാ ഇന്റെ പുതുക്കം പറ പറ. അല്ലെങ്കിൽ ഞാനിപ്പോ ഉമ്മാനെ കൊല്ലും."

"കൊല്ലെടീ, കൊല്ല്. നിന്നെ പെറ്റുപോറ്റി എല്ലാരുടെ ആട്ടും തുപ്പും കേട്ടതിന് അതന്യാ വേണ്ടത്."

സങ്കടം സഹിക്കാൻ കഴിയാതെ അവളെപ്പിടിച്ചൊരു തള്ളും കൊടുത്തു. നിനച്ചിരിക്കാത്തതിനാലാകണം അവൾ തെറിച്ചുപോയി. തല ചുമരിലിടിച്ചാണ് താഴെ വീണത്. ഓടിച്ചെന്നു നോക്കുമ്പോൾ അനക്കമില്ല. വിളികേട്ട് എല്ലാവരും ഓടിയെത്തി. ഉടനെ ആസ്പത്രിയിലെത്തിച്ചു. ദെണ്ണമിളകി വീണപ്പോൾ തലയിടിച്ചെന്നാണത്രെ അവരോടു പറഞ്ഞത്. ആ കിടപ്പ് ഒരാഴ്ച കിടന്നു. മിണ്ടാട്ടവും ഉരിയാട്ടവുമില്ലാതെ. മൂക്കിൽക്കൂടി കുഴലിട്ടാണ് പാലും മറ്റും കൊടുത്തത്. ഒന്നു കരയാൻപോലും കഴിയാതെ അവളുടെ ഉമ്മയും കാവലിരുന്നു മനസു നിറയെ പ്രാർഥനയുമായി. ഇന്നു പുലർച്ചെ ഉമ്മാ എന്നു വിളിച്ചുകൊണ്ട് പെട്ടെന്നവൾ ഉണർന്നു.

"എന്റെ പൊന്നുമോളേ, ഉമ്മാനോട് പൊറുക്ക്......"

കരച്ചിൽകേട്ട് കമറുവും ഉണർന്നു. ഹൈറു മൂക്കിലെ ട്യൂബ് വലിച്ചു മാറ്റി.

"മോളേ, അരുത്..."

"ഇനിക്കൊന്നുല്ലാട്ടോ. ഉമ്മ കരയണ്ടാ. ഇന്നെ ആരോ ഏയാനാകാശത്തു നിന്ന് പൂ കാണിച്ച് മാടി വിളിക്കുന്നു. സലാമായിരിക്കും അല്ലേ? ഞാൻ പോട്ടേമ്മാ?"

"മോളേ എന്റെ പൊന്നു മോളേ...."

ഉറക്കെ കരയാനേ കഴിഞ്ഞുള്ളൂ. അപ്പോഴാണവൾ കട്ടിലിലിരുന്നു കരയുന്ന കമറുവിനെ കണ്ടത്.

"നിയ്യ് കരേണ്ടട്ടോ. ഇത്താത്തക്ക് അന്നോട് പെണക്കൊന്നൂല്ലാ. ഉമ്മാ......അള്ള....."

അവളെ കെട്ടിപ്പിടിച്ച് മതിവരുവോളം കരഞ്ഞു. എത്രനേരം അങ്ങനെ കിടന്നെന്നറിയില്ല. പെട്ടെന്നു മേലാകെ തണുപ്പരിച്ചുകയറി. ആരോ ചുമലിൽ പിടിച്ചപ്പോഴാണ് എഴുന്നേറ്റത്. ഹൈറു കണ്ണടച്ച് കിടക്കുന്നു. അനക്കമില്ല. നെറ്റിയിൽ തലോടി. കൊടുംതണുപ്പ്. അവളുടെ മുഖം വെളുത്തത്തുണികൊണ്ടു മൂടുന്നതു കണ്ടിട്ട് കരയാൻ കഴിഞ്ഞില്ല.

എന്തിനിതു കരയണം? അവൾ ഏഴാനാകാശത്തേക്ക് പുതുക്കം പോയിരിക്കയല്ലേ?

എല്ലാവരും ഇന്നല്ലെങ്കിൽ നാളെ പോകേണ്ടവരല്ലേ? ഒരുനാൾ ഇക്കണ്ട ജനങ്ങളെല്ലാം ചത്തും കൊന്നും അടങ്ങും. ഇക്കാണുന്ന എടുപ്പുകളെല്ലാം മണ്ണടിയും. ഭൂമി പരന്നങ്ങനെ കിടക്കും. അപ്പോൾ മരിച്ചു മണ്ണടിഞ്ഞ മനുഷ്യരെല്ലാം അവിടെ ഒത്തുകൂടേണ്ടിവരും. തലയ്ക്ക് ഒരു ചാൺമീതെ തീ പാറുന്ന സൂര്യൻ. മനുഷ്യർ വെന്തുരുകും. എന്റെ ഹൈറുവിന് ചൂടനുഭവപ്പെടില്ല. ഹൈറുവിനെ സ്വീകരിക്കാൻ പനിനീർച്ചെപ്പേന്തിയ തോഴിമാർ. ഒപ്പനപ്പാട്ടിന്റെ ഈണം. മുല്ലപ്പൂ പരിമളം വിതറുന്ന മണിയറയിലെ സ്വർണക്കട്ടിലിൽ കാത്തിരിക്കുന്ന പുതുമാരൻ....

ബിയ്യാത്തു മകളുടെ അറ വൃത്തിയാക്കി.

കിടക്ക തട്ടിക്കുടഞ്ഞു വിരിച്ചു.

വാതിലടച്ചു തഴുതിട്ടു.

3

ജ്വാല

മകളുടെ കണ്ണിലെ തീച്ചുടേറ്റാകണം എന്റെ ശരീരം ഒട്ടാകെ ചുട്ടുപൊള്ളി. അവളുടെ വീർത്തുകെട്ടിയ മുഖം എന്നെ പേടിപ്പിച്ചു. കാറിലെ മൗനത്തിന് അയവുവരുത്താനെന്നപോലെ വിയർപ്പൊപ്പിക്കൊണ്ട് ഞാൻ ചോദിച്ചു—:

"ഏസി ഇട്ടില്ലേ അച്ചായാ?"

അദ്ദേഹം വെറുതേ തലയാട്ടിയതല്ലാതെ ഒന്നും മിണ്ടിയില്ല. അച്ചായന്റെ നെറ്റിയിലും വിയർപ്പ് പൊടിഞ്ഞിരിക്കുന്നു. കാർ ഡ്രൈവ് ചെയ്യുന്നതിനിടയിൽ ശ്വാസംകിട്ടാത്തതുപോലെ വിഷമിക്കുന്നുമുണ്ട്. ബ്ലഡ് പ്രഷർ ഏറിയിട്ടുണ്ടെന്നാണു തോന്നുന്നത്.

"അച്ചായൻ ഗുളിക കഴിച്ചില്ലേ?"

ഉത്തരമുണ്ടാവില്ലെന്നറിയാമെങ്കിലും ഞാൻ ചോദിച്ചുകൊണ്ടിരുന്നു.

ഈയിടെയായി ഇതാണു പതിവ്. രണ്ടുപേർക്കും ചോദ്യങ്ങൾ മാത്രമേയുള്ളൂ.....തമ്മിൽ കാണുന്നതും അപൂർവം. അദ്ദേഹം ജോലികഴിഞ്ഞെത്തുംമുമ്പേ ഞാൻ ധൃതിയിൽ ജോലിക്കിറങ്ങുന്നു. തമ്മിൽ കാണുമ്പോൾ പറയാൻ ഞങ്ങൾക്കു പരാതികളേയുള്ളു. മണിക്കൂറുകൾ ഡോളറായി മാറ്റി ഞങ്ങൾ രണ്ടുപേരും ദുഃഖം മറക്കാൻ ശ്രമിച്ചു. വലിയ വീട്. അതിനിണങ്ങിയ വീട്ടുപകരണങ്ങൾ മത്സരിച്ചാണ് ഞങ്ങൾ വാങ്ങിച്ചു കൂട്ടിയത്. ഞങ്ങൾ അനുഭവിച്ചതുപോലുള്ള ബുദ്ധിമുട്ടുകളൊന്നും മക്കൾക്കുണ്ടാവരുത്. നാട്ടിൽ കഞ്ഞിക്കു മുട്ടായതുകൊണ്ടാണ് ഞങ്ങൾ അമേരിക്കയിലേക്കു കുടിയേറിത്. അമേരിക്ക ഞങ്ങൾക്ക് പണം തന്നു. ആധുനിക സൗകര്യങ്ങൾ തന്നു. പക്ഷേ, മനസ്സമാധാനം മാത്രം തന്നില്ല. ആരുടെ കുറ്റം? ദൈവം കാണിച്ചുതന്ന വഴി നിങ്ങളായിട്ടു തെറ്റി നടന്നതല്ലേ?

"ആന്നോ?"

"വല്ലതും പറഞ്ഞോടീ?"

അച്ചായൻ ചോദിച്ചപ്പോൾ ഞാൻ മിഴിച്ചുനോക്കി.

തലേദിവസം പാതിരാത്രിയിൽ കണ്ട മകളുടെ വിളർത്ത മുഖമായിരുന്നു അപ്പോൾ എന്റെ മനസിൽ. അതിനു കുറച്ചു മുൻപായിരുന്നു അവളുടെ അനിയൻ ആടിയുലഞ്ഞുകൊണ്ടു കയറിവന്നത്. വാതിക്കൽ കമഴ്ന്നുവീണ അവനെ പണിപ്പെട്ടാണ് ഞാൻ സോഫയിൽ എടുത്തു കിടത്തിയത്. അച്ചായനു നൈറ്റ്ഡ്യൂട്ടി ആയതിനാൽ ഇത്തരം കാഴ്ചകൾ കാണേണ്ടി വരാറില്ല.

"അവൻ വരുമോടീ?"

അച്ചായൻ തന്നത്താനെന്നോണം പറഞ്ഞുകൊണ്ടിരുന്നു. ഉത്തരമൊന്നും പറയാതെ ഞാൻ കണ്ണാടിയിൽക്കൂടി പിറകിലേക്കു നോക്കി. അവൾ കാതിൽ ഈയർഫോൺ തിരുകി കണ്ണടച്ചിരുന്നു. കൂടെ വരുമെന്നു കരുതിയില്ല. അവളുടെ കാമുകനേയും കൂട്ടി വന്നിരുന്നെങ്കിലോ? ബിരുദം നേടിയ വിദ്യാർഥികളെ അനുമോദിക്കാനുള്ള പരിപാടിക്കാണു പോകുന്നത്. ഞങ്ങളുടെ മകളും അക്കൂട്ടത്തിലുണ്ട്. മക്കളുടെ ഗ്രാജ്വേഷൻ സെറിമണി സാധാരണയായി മാതാപിതാക്കളുടെ പ്രൗഢി കാണിക്കാനുള്ള അവസരംകൂടിയാണ്. അവൾ പരീക്ഷയ്ക്കിരുന്നപ്പോഴേ ഞങ്ങൾ പരിപാടിക്കുള്ള തയാറെടുപ്പിലായിരുന്നു.

"വേണ്ടാത്തതിനൊന്നും പുറപ്പെടണ്ട. എന്നെ കിട്ടില്ല."

വിവരം പറഞ്ഞപ്പോൾ അവൾ മുഖം കോട്ടി. ഞങ്ങളതൊരു സ്വപ്നമായി കരുതി സമാധാനിച്ചു. ഇന്നത്തേത് മലയാളിസമാജത്തിന്റെ പരിപാടിയാണ്. ഒഴിഞ്ഞുമാറാൻ അവസരം കിട്ടിയില്ല. അച്ചായൻ കൈയും കാലും പിടിച്ചിട്ടാണ് അവൾ വരാമെന്നു സമ്മതിച്ചത്.

"അമ്മച്ചീടെ പ്രിയപ്പെട്ട എഴുത്തുകാരിയാ ഇന്നത്തെ മുഖ്യാതിഥി. നമ്മുടെ ഭാഗ്യംകൊണ്ടാ ഈ അവസരത്തിൽ അവർ ഇവിടെ എത്തിയത്."

അച്ചായൻ അവളോടാണു പറഞ്ഞതെന്നു മനസിലായതുകൊണ്ടായിരിക്കാം അവൾ വാക്ക്മാനിൽ ശബ്ദം കൂട്ടി. "ഷട്ടപ്പ് യുവർ ബ്ലഡി മൗത്ത്" എന്നു പറഞ്ഞില്ലല്ലോ എന്നു കരുതി ആശ്വസിച്ചു ഞാൻ. അവളുടെ ഓരോ വാക്കും ഞങ്ങൾക്ക് ഇപ്പോൾ കൂരമ്പുകളാണ്. അതേറ്റ് അച്ചായന്റെ ഹൃദയം നിലച്ചുപോകുമോ എന്ന പേടി എന്റെ ഉറക്കം കെടുത്തുന്നു. ജോലിയിൽപ്പോലും പണ്ടത്തെ ശ്രദ്ധയില്ലെന്ന് മേട്രൺ പരാതി തുടങ്ങിയിരിക്കുന്നു. എല്ലാം കളഞ്ഞ് നാട്ടിൽ പോയാലോ എന്ന് പലപ്പോഴും തോന്നിയിട്ടുണ്ട്. മക്കളോടു പറഞ്ഞപ്പോൾ രണ്ടുപേരും കയർത്തു.

"വിച്ച് നാട്? ദിസ് ഈസ് അവർ കൺട്രി."

അവരെ എങ്ങനെ കുറ്റപ്പെടുത്താനാവും? ഓർമവെച്ചതിനുശേഷം ഒന്നോ രണ്ടോ തവണ മാത്രമേ അവരെ നാട്ടിൽ കൊണ്ടുപോകാൻ സാധിച്ചിട്ടുള്ളൂ. ആഗ്രഹമില്ലാഞ്ഞിട്ടാണോ? കുന്നും മലയും കൊച്ചരുവിയുമുള്ള നാട് സ്വപ്നം കാണാത്ത രാവുകളില്ല. ജീവിതം കരുപ്പിടിപ്പിക്കാനുള്ള

ത്രപ്പാടിൽ നാട് കൈവിട്ടുപോയി. കാശുണ്ടാക്കാൻ നെട്ടോട്ടമോടുന്നതിനിടയിലും ഞങ്ങൾ മക്കളെ സ്നേഹിച്ചിരുന്നല്ലോ. അവർ ആവശ്യപ്പെട്ടതെല്ലാം സാധിച്ചുകൊടുത്തിരുന്നല്ലോ. എവിടെയാണു പിഴച്ചത്?

മക്കൾ അമേരിക്കൻ ആക്സന്റിൽ ഇംഗ്ലീഷു പറയുന്നതു കേട്ട് അച്ചായനേക്കാൾ അഭിമാനിച്ചത് ഞാനായിരുന്നില്ലേ? അല്ല, ഞങ്ങൾ രണ്ടു പേരും അഭിമാനിച്ചിരുന്നു. അവരുടെ നന്മയെക്കരുതിയാണ് ഞങ്ങളവരെ ഇവിടത്തെ രീതിയിൽ വളർത്തിയത്. പിന്നെ ഇപ്പോഴെന്തിനീ പശ്ചാത്താപം? ഇതുതന്നെയാണല്ലോ മക്കളും ചോദിക്കുന്നത്. വീട്ടിൽപ്പോലും ഇംഗ്ലീഷേ പറയാവൂ എന്നു ശഠിച്ചതു നിങ്ങളല്ലേ? സായിപ്പുകുട്ടികളെപ്പോലെ ഞങ്ങളെ അണിയിച്ചൊരുക്കി, നോക്കി നിന്നു രസിച്ചതു നിങ്ങളല്ലേ? നാട്ടിൽച്ചെന്നു വല്യമ്മച്ചിയേയും വല്യപ്പച്ചനേയും കാണണമെന്ന് ഞങ്ങളാവശ്യപ്പെട്ടപ്പോൾ കേട്ടോ? വലിയ വീടു വേണമെന്ന് ഞങ്ങൾ പറഞ്ഞോ? നിങ്ങളുടെ സ്നേഹമായിരുന്നു ഞങ്ങൾക്കു വേണ്ടിയിരുന്നത്. ഞങ്ങൾ സായിപ്പന്മാരാകണമെന്ന് ഞങ്ങളേക്കാൾ നിർബന്ധം നിങ്ങൾക്കായിരുന്നില്ലേ? എന്നിട്ടിപ്പോൾ ഞങ്ങളുടെ വഴി തടസപ്പെടുത്തുന്നു.

മക്കൾ കുറ്റപ്പെടുത്തുമ്പോൾ ഉത്തരമില്ല. കണ്ട പയ്യന്മാരുടെകൂടെ ചുറ്റിക്കറങ്ങരുത് എന്നു പറയുന്നത് വഴി തടയലാണോ? ക്ലബ്ബുകളിൽച്ചെന്നു കൂട്ടുകാരോടൊപ്പം കുടിച്ചു കൂത്താടരുത് എന്നു പറയുന്നത് വഴിതടയലാണോ? മകൾ പഠിക്കാൻ മിടുക്കിയാണ്. നല്ല മാർക്കോടെ പാസാവുകയും ചെയ്തിരിക്കുന്നു. ഈ നാട്ടിലെ രീതിയിൽ ജീവിക്കുന്നതിന് അവളെ കുറ്റപ്പെടുത്തുന്നതെങ്ങനെ? ചെറുക്കൻ പഠിക്കാതെ തോന്ന്യാസിയായി നടക്കുകയാണ്. ഇടയ്ക്കിടെ കാശിനുവേണ്ടി അച്ചായനുമായി വഴക്കിടുന്നതു കാണുമ്പോൾ ചങ്കുരുകും. അവനുമുണ്ട് കൂട്ടുകാരികളുടെ നിര. ഇടയ്ക്കിടെ ജോലിക്കുപോകും. കിട്ടുന്നതു മുഴുക്കെ തോന്നിയതുപോലെ തീർക്കുന്നു. ആരോടാണ് ഈശോയെ ഞാൻ പരാതി പറയേണ്ടത്? ഭാരം പേറി ഹൃദയം നിലയ്ക്കാറായ എന്റെ അച്ചായനോടോ?

നിവൃത്തിയില്ലാതെയാണ് വിവാഹത്തെക്കുറിച്ച് ഈയിടെ മകളോടു സംസാരിച്ചത്.

"മോളേ ഒരു നല്ല കല്യാണാലോചന വന്നിട്ടുണ്ട്. ആ ചെറുക്കനെ നീയൊന്നു കണ്ടുനോക്ക്."

"മാരേജിനെക്കുറിച്ച് ഞാനാലോചിച്ചിട്ടില്ല. ഐ കാൺട് ടോളറേറ്റ് ബ്ലഡി ഇന്ത്യൻ യൂത്ത്സ്."

"എങ്കീ കണ്ടവരുടെകൂടെ അലഞ്ഞുനടക്കുന്ന ഏർപ്പാടു നിർത്ത്."

"ദാറ്റ്സ് മൈ പ്രോബ്ലം. എനിക്കിഷ്ടമുള്ളവരുടെ കൂടെ ഞാൻ നടക്കും. ദിസ് ഈസ് നോട്ട് ഇന്ത്യ."

"ഇന്ത്യയല്ലെങ്കിലും നീ ഇന്ത്യക്കാരായ ഞങ്ങളുടെ മകളാടി പുല്ലേ."

"ചാടണ്ട. മാരേജിൽ എനിക്കു വിശ്വാസമില്ലെന്നു പറഞ്ഞല്ലോ."

"കണ്ട കറുപ്പന്മാരുടെ കൂടെ അലഞ്ഞുനടക്കുന്നതാണോടീ നിന്റെ വിശ്വാസം?"

"ആണെങ്കിലോ? കിടക്ക പങ്കിടാൻ ഒരാളെ വേണമെന്നുവെച്ച് കാലാകാലം അയാളുടെ അടിമയാകാൻ എന്നെ കിട്ടില്ല."

പാവം ഇച്ചായൻ ഉത്തരമില്ലാതെ ഇരുന്നു കിതച്ചു. ആദ്യത്തെ അറ്റാക്കു വന്നതും അന്നായിരുന്നു. ഹോസ്പിറ്റലിൽ ഒന്നു ചെന്നന്വേഷിക്കാൻ എന്റെ മകൾക്കു നേരമില്ലായിരുന്നു.

പെട്ടെന്നു കാറ് നിന്നപ്പോൾ ഞാനൊന്നമ്പരന്നു. അച്ചായനു നെഞ്ചുവേദന കൂടിയോ? ഈയൊരു ചിന്തയേ എനിക്കിപ്പോഴുള്ളൂ. അച്ചായനെന്തെങ്കിലും സംഭവിച്ചാൽ എന്റെ ഗതിയെന്താവും? മനസു പറഞ്ഞു: 'നിനക്കിപ്പോൾ നിന്നെക്കുറിച്ചേ ചിന്തയുള്ളൂ. സ്വാർഥ.'

മലയാളി സമാജം ഓഫീസ് എത്തിയിരിക്കുന്നു. ഞങ്ങൾ ഒന്നിച്ചാണ് പുറകിലേക്ക് നോക്കിയത്. കാർ നിർത്തിയതുപോലും അറിയാതെ അവൾ കണ്ണടച്ചിരിക്കയാണ്. ഞാൻ കാറിന്റെ വാതിൽ തുറന്ന് അവളുടെ ചെവിയിൽ നിന്ന് ഈയർഫോൺ എടുക്കാൻ തുനിഞ്ഞതും അവളെന്നെ രൂക്ഷമായി നോക്കിക്കൊണ്ട് കൈ തട്ടിമാറ്റി കാറിൽനിന്നിറങ്ങി മടമ്പിടിച്ച് അകത്തേക്കു നടന്നു.

"ഹായ് മോളേ.... പരിചയപ്പെടുത്തിയില്ലല്ലോ."

ഞാൻ വിഡ്ഢിച്ചിരി ചിരിച്ചു. ആരോടും ലോഹ്യത്തിനു നിൽക്കാതെ അകത്തുചെന്നു ചുറ്റും കണ്ണോടിച്ചു. എല്ലാവരും പരിചിതർ. സെറിമണിക്കെത്തിയ പെൺകുട്ടികളിൽ പലരും ഇന്ത്യൻ മട്ടിൽ അണിഞ്ഞൊരുങ്ങിയാണ് എത്തിയിരിക്കുന്നത്. അവരുടെ അമ്മമാർ മക്കളുടെ കൈപിടിച്ച് അവിടമെല്ലാം ചുറ്റിനടന്നു പരസ്പരം പരിചയപ്പെടുത്തുന്നു. പലരുടേയും കണ്ണുകളിൽ പുച്ഛമാണെങ്കിലും ഭവ്യത ഭാവിക്കുന്നുണ്ട്. അവൾ അങ്ങനെ ആയാലും മതിയായിരുന്നു.

വിശിഷ്ടാതിഥി എത്തിയെന്നു തോന്നുന്നു. പലരും അവരുടെ ശ്രദ്ധയാകർഷിക്കാനും ഫോട്ടോഎടുക്കാനും തിരക്കുകൂട്ടുന്നു. ചെറുപ്പം മുതൽ ധാരാളം വായിക്കുമായിരുന്നു. സ്ത്രീമനസുകളുടെ ആഴമറിഞ്ഞെഴുതുന്ന എഴുത്തുകാരിയോട് എന്നും ആരാധനയായിരുന്നു. അവർ സ്റ്റേജിലെത്തിയിരിക്കുന്നു. പ്രായമായെങ്കിലും മുഖം കുട്ടികളുടേതുപോലെ നിഷ്കളങ്കം. മകളോടും അച്ചായനോടുമൊപ്പം ഓരോ ഫോട്ടോ. ഞാൻ ആശയോടെ പുറകിലേക്കു നോക്കി. അവൾ ഒരു കറുമ്പന്റെ തോളിൽ കൈയിട്ട് പുറകിലിരിക്കുന്നു. എന്റെ നെഞ്ചിടിച്ചു. ബിരുദം നേടിയ കുട്ടികളോട് മുൻനിരയിലിരിക്കാൻ പറഞ്ഞപ്പോഴും അവൾക്ക് അനക്കമില്ല. എന്റെ നോട്ടം അവളിൽത്തന്നെ ഉടക്കിനിന്നു. കേൾക്കാൻ കൊതിച്ചിരുന്നിട്ടും എന്റെ പ്രിയപ്പെട്ട കഥാകാരിയുടെ ഒരു വാക്കും എന്റെ കാതിലെത്തുന്നില്ല. ബിരുദംനേടിയ കുട്ടികളുടെ പേരുകൾ വിളിക്കുന്നു. പലരും സ്റ്റേജിൽ വന്ന് ചിരി വരുത്തി സമ്മാനം വാങ്ങി തിരിച്ചുപോയി. എന്റെ പേരു വിളിച്ചതു കേട്ട് ഞാൻ കണ്ണുതുറുപ്പിച്ചു. മകൾക്കു പകരം സ്റ്റേജിലൊരു തീനാളം. തീനാളം പടർന്ന് കഥാകാരിയെ വിഴുങ്ങുന്നു. ഞാനും അച്ചായനും ആ തീച്ചൂടിൽ വെന്തെരിയുന്നു. ചുറ്റും തീയ്.... പുകപടലം..... കൂട്ട നിലവിളി... കാതടപ്പിക്കുന്ന ശബ്ദം.....

ഞാൻ ഞെട്ടിവിറച്ച് കണ്ണു തുറന്നു. ഉപഹാരമായി കിട്ടിയ ഫലകം എന്റെ മുന്നിലെറിഞ്ഞ് തീ പടർത്തിക്കൊണ്ട് എന്റെ മകൾ ആ കറുമ്പ നുമായി പുറത്തേക്കിറങ്ങുന്നു. അവളുടെ വഴിയെല്ലാം കത്തിയെരിയുന്നു.

അച്ചായാ അരുത്....

അച്ചായാ....ആരുമില്ലല്ലോ ഞങ്ങൾക്ക്......

എന്തുപറ്റി?

എന്തുപറ്റി?

സംതിങ്ങ് റോങ്ങ്.....

സംതിങ്ങ് റോങ്ങ്.....

ആംബുലൻസിന് ഫോൺ ചെയ്യൂ....

4

അശാന്തിപർവം

"**അ**ച്ചായൻ ഇങ്ങനെ തൊടങ്ങിയാ...."

"ഞാൻ എന്നാ ചെയ്തെന്നാ?"

"സുഹൃത്ത് മരിച്ചെന്നും പറഞ്ഞ് സ്വയം ചാവാനെറങ്ങിയാപിന്നെ ഞങ്ങൾക്കാരാ?"

മേരിക്കുട്ടി എന്റെ നെറ്റിയിൽ തടവിക്കൊണ്ട് കണ്ണീരൊലിപ്പിച്ചു. ഞാൻ ഓർമകൾ സ്വരൂപിച്ചെടുക്കാനൊരു ശ്രമംനടത്തി. അപ്പോൾ ഉണ്ണി അവിടെ പ്രത്യക്ഷപ്പെട്ട് പെട്ടെന്ന് മറഞ്ഞു. എന്റെ ഭാര്യ വഴക്കുപറയുമെന്നു ഭയന്നിട്ടായിരിക്കും അവൻ നിൽക്കാഞ്ഞത്.

ഉണ്ണീ നീയെന്തിനാ എന്നെയിങ്ങനെ ആശയക്കുഴപ്പത്തിലാക്കുന്നേ? നീ പറഞ്ഞിട്ടല്ലേ ലഹളക്കാരെ സമാധാനിപ്പിക്കാൻ ഞാൻ തെരുവിലിറങ്ങിയത്? എന്നിട്ടിപ്പോ.... എന്റെ തല പുകയുന്നു.

"ഹാവൂ....എന്റെ തല പൊട്ടിത്തെറിക്കുമല്ലോ."

"വല്ലാതെ നോവുന്നുണ്ടോ?"

മേരികുട്ടി തല തടവി. അപ്പോൾ ഞാൻ വീണ്ടും മേരിക്കുട്ടിയുടെ ലോകത്തു തിരിച്ചെത്തി. അവൾ നേരത്തെ പറഞ്ഞത് നേരല്ലേ? എന്റെ സുഹൃത്ത് ഉണ്ണി മരിച്ചതാണല്ലോ. ഉണ്ണിയെ ആരോ വഴിയിൽവെച്ച് കുത്തി കൊലപ്പെടുത്തിയ വിവരം അവന്റെ അനിയനാണ് എന്നെ ഫോണിൽ അറിയിച്ചത്.

"എന്നോടുള്ള പകപോക്കിയതാ അവന്മാര്."

"ആര്? ആരാ എന്റെ ഉണ്ണിയെ കൊന്നത്?"

"ഞാൻ കെ പി പി യുടെ സജീവപ്രവർത്തകനാണെന്ന് ചേട്ടനറിയാമല്ലോ. ഡിപിപി യുടെ സ്ഥാനാർഥിയെ ഞാൻ നഗരസഭാ തിരഞ്ഞെടുപ്പിൽ തോല്പിച്ചിരുന്നു. അന്നുമുതൽ അവരെന്നെ നോട്ടമിട്ടിരിക്കാം. ഏട്ടന്റെ

ശവമടക്കു കഴിയാൻ കാത്തിരിക്കയാ ഞങ്ങള്. ആരെയും വെറുതേ വിടില്ല.''

ഉണ്ണിയുടെ അനിയൻ കുട്ടന്റെ വാക്കുകളിൽ പ്രതികാരം കത്തിജ്ജ്വലിച്ചിരുന്നു.

കേട്ടതും സങ്കടത്തോടെ ഞാൻ ഉണ്ണിയുടെ വീട്ടിലെത്തിയതാണ്. ഉണ്ണിയുടെ തുന്നിക്കൂട്ടിയ ജഡം കണ്ടതുമാണ്.എന്നിട്ട് പിറ്റേന്ന് ഉണ്ണിയെങ്ങനെ ബാങ്കിലെത്തി? അതേ, അവിടെനിന്നാണല്ലോ തുടക്കം.

ഉണ്ണി എന്റെ സഹപ്രവർത്തകൻ മാത്രമല്ല ഉറ്റ സുഹൃത്തുമായിരുന്നു. ഞാനും ഉണ്ണിയും ഒരേ ദിവസമാണ് ബാങ്കിൽ ജോയിൻ ചെയ്തത്. പ്രമോഷനും ഒന്നിച്ചിരുന്നാണു കിട്ടിയത്. തൊട്ടടുത്താണ് ഇരിക്കുന്നതും. എന്തും തുറന്നുപറയുന്ന സുഹൃത്തുകളായിരുന്നു ഞങ്ങൾ. ഉണ്ണി മരിച്ച ദിവസവും ഞങ്ങൾ ഒന്നിച്ചാണ് ഊണുകഴിച്ചത്. ജീവിതത്തിൽ ചെയ്തുതീർക്കാനുള്ള ഒരുപാട് കാര്യങ്ങളെക്കുറിച്ച് ഉണ്ണി അന്ന് പറഞ്ഞു. വീട് പുതുക്കിപ്പണിയണം. അനിയന്റെ വിവാഹം നടത്തണം.

"എന്നിട്ടാണ് ലോണെടുത്ത് ഒരു മാരുതി കാറ് വാങ്ങാൻ. ഒരു കാറു വേണമെന്ന് എന്റെ പ്രിയ ഏറെ നാളായി ആശിക്കുന്നു.''

"കാറുവേണമെന്ന് പറഞ്ഞ് മേരിക്കുട്ടിയും എന്നും വഴക്കാ.''

"നിനക്ക് വീട്ടിൽ പ്രാരാബ്ധമൊന്നുമില്ലല്ലോ. ലോണെടുത്ത് പുത്തനൊന്ന് വാങ്ങിച്ചൂടെ?''

"അതൊക്കെ വലിയ പൊല്ലാപ്പാ. നിന്നോട് പറയാമല്ലോ, എനിക്ക് ഡ്രൈവിംഗ് അറിയില്ല. പഠിക്കാൻ താൽപ്പര്യവുമില്ല. മുന്നിൽനിന്ന് വണ്ടികൾ വരുന്നതു കാണുമ്പോഴേക്കും എന്റെ ചങ്കിടിക്കാൻ തുടങ്ങും. ബസിൽ കയറിയാൽ കണ്ണും പൂട്ടിയാ ഞാനിരിക്കുന്നത്. പേടിത്തൊണ്ടൻ. എടാ നമ്മള് പേടിച്ചാലും ഇല്ലെങ്കിലും കാലൻമൂപ്പര് കയറുമായി വരുമ്പോ പോവാണ്ടെ പറ്റ്വോ?''

അതായിരുന്നു ഞാനും ഉണ്ണിയും തമ്മിലുണ്ടായ അവസാനത്തെ സംഭാഷണം. അത്യാവശ്യമായി ഒരിടംവരെ പോകാനുണ്ടെന്നും പറഞ്ഞ് അന്ന് ഉണ്ണി നേരത്തെ ഇറങ്ങിയിരുന്നു. പിറ്റേന്ന് പുലരും മുമ്പേ ഉണ്ണിയുടെ കൊലപാതകവാർത്തയാണ് ഞാൻ കേട്ടത്. ആടിനേയും കോഴിയേയും വെട്ടിനുറുക്കുംപോലെ മനുഷ്യനേയും.... ഇതെന്തുകാലം! ഉണ്ണിയുടെ അനിയൻ കുട്ടൻ ഇലക്ഷൻ ജയിച്ചതിനുള്ള പക തീർത്തതാണെന്ന് അവൻ പറയുന്നു. പക തീർക്കാൻ കൊല്ലേ? ആണോ ഉണ്ണീ? പായിൽ പൊതിഞ്ഞുകെട്ടിയ ഉണ്ണിയുടെ ശവശരീരം എനിക്കുത്തരം തരുമോ?

"തീക്കളിയാ കുട്ടൻ കളിക്കുന്നത്. രക്തസാക്ഷികളെ ഉണ്ടാക്കാൻ മാത്രമാ ഇന്നത്തെ രാഷ്ട്രീയക്കാർക്ക് താൽപ്പര്യം. മൂല്യബോധമില്ലാത്ത കൂട്ടർ. പറഞ്ഞിട്ട് അവന്റെ മണ്ടയിൽ കയറുന്നില്ല.''

അനിയന്റെ പാർട്ടിപ്രവർത്തനങ്ങളെക്കുറിച്ച് ഉണ്ണി എന്നും ഭീതിയോടെയാണ് സംസാരിക്കാറുള്ളത്.

ഉണ്ണിയുടെ വെട്ടിക്കീറിയ ശവം എന്നെ ആകെ സ്തംഭിപ്പിച്ചു. കുട്ടന്റെ പാർട്ടിക്കാർ അപ്പോഴേക്കും ഉണ്ണിയുടെ വീട് കൈയടക്കിയിരുന്നു. ഒരു പാർട്ടിയുമില്ലാത്ത ഉണ്ണിയുടെ ശവശരീരം പാർട്ടിയുടെ പാതക കൊണ്ട് മൂടിയിരുന്നു. പല പാർട്ടികളുടേയും പേരെഴുതിയ റീത്തുകൾകൊണ്ട് ഉണ്ണിക്ക് ശ്വാസംമുട്ടുന്നുണ്ടാകും. പാർട്ടി അണികളുടെ പ്രകോപനപരമായ മുദ്രാവാക്യം വിളിയിൽ ഉണ്ണിയുടെ അമ്മയുടെയും ഭാര്യയുടെയും തേങ്ങൽ നേർത്തില്ലാതായി. സഹിക്കാനാവാതെ ശവമടക്കിനുപോലും നിൽക്കാതെ രക്ഷപ്പെടുകയായിരുന്നു ഞാൻ. അന്നു രാത്രി എനിക്ക് ഉറങ്ങാനേ സാധിച്ചില്ല. സുഖമില്ലെങ്കിൽ ബാങ്കിൽ പോകേണ്ടെന്ന് മേരിക്കുട്ടി വിലക്കിയിട്ടും ഞാൻ പതിവുസമയത്ത് ബാങ്കിലെത്തി. അറിയാതെ കണ്ണുകൾ ഉണ്ണിയുടെ സീറ്റിലേക്ക് പാഞ്ഞു. ഉണ്ണിയതാ ആലോചനയിൽ മുഴുകി സ്വന്തം സീറ്റിലിരിക്കുന്നു.

"ഉണ്ണീ, നീയെങ്ങനെ....."

ഞാൻ അന്തംവിട്ടു. വിളിച്ചു.

"എനിക്കങ്ങനെ പോവാൻ കഴിയ്യോ? ഞാനില്ലെങ്കിൽ കുട്ടനെ ആരാ നിയന്ത്രിക്കുക? എന്റെ പ്രിയയ്ക്കാരാ തുണ?"

"അപ്പോ ഇന്നലെ....."

"സാറെന്താ ഒറ്റയ്ക്കിരുന്ന് പിറുപിറുക്കുന്നോ?"

പ്യൂൺ അബ്ദുള്ള വന്ന് എന്നെ തട്ടിവിളിച്ചു.

"ഉണ്ണീ......"

"ആ സാറിന്റെ കാര്യം കഷ്ടായീട്ടോ. എന്നാലും മനുഷ്യന്മാരിങ്ങനെ ക്രൂരത കാട്ടാമോ? സാറിന് രാഷ്ട്രീയമുള്ളതായി ആരും പറഞ്ഞുകേട്ടിട്ടില്ല. എന്നിട്ടും......"

എന്റെ കണ്ണുകൾ അപ്പോൾ ഉണ്ണിയെ തിരയുകയായിരുന്നു. ഇത്ര പെട്ടെന്ന് ഇവനിതെവിടെപ്പോയി? ഞാൻ ഒന്നും മിണ്ടുന്നില്ലെന്നു കണ്ടപ്പോൾ അബ്ദുള്ള സ്ഥലംവിട്ടു. ഞാൻ വീണ്ടും നോക്കുമ്പോൾ ഉണ്ണിയതാ സീറ്റിൽ.

"ആരാ ഉണ്ണീ ഇന്നലെ നിന്നെ ആക്രമിച്ചത്? കുട്ടന്റെ എതിർ പാർട്ടിക്കാരാണോ?"

"എനിക്കറിയില്ല. അവരെ ഇതിനു മുമ്പ് ഞാനീ നാട്ടിൽ കണ്ടിട്ടില്ല. കൊല്ലല്ലേ എന്നു കേണു പറഞ്ഞിട്ടും....."

"സാറേ നഗരം എരിയുകയാണ്. ഉണ്ണിസാറിന്റെ കൊലപാതകത്തിന് പകരംവീട്ടാനെന്നും പറഞ്ഞ് ഒരുകൂട്ടം അക്രമികൾ ഇറങ്ങിയിരിക്കുന്നു. കണ്ണിൽക്കണ്ടതൊക്കെ തച്ചുതകർക്കുകയാണ്. കൊള്ളയും നടത്തുന്നുണ്ട്. ബാങ്കിന്റെ ഷട്ടറിട്ടേക്കാൻ പറഞ്ഞു മാനേജർസാർ. ആരും പുറത്തിറങ്ങരുതെന്നും പറഞ്ഞിട്ടുണ്ട്."

അബ്ദുള്ള തിരക്കിട്ട് ഷട്ടർ വലിച്ചിട്ടു.

"എടാ, ജോണീ, എല്ലാം കണ്ടും കേട്ടും നീയിങ്ങനെ ഇരുന്നാലോ?"

ഉണ്ണി ചോദിക്കുന്നു.

"എനിക്കെന്തുചെയ്യാൻ കഴിയും."

"എന്നെ വെട്ടിയതു കുട്ടന്റെ എതിർ പാർട്ടിക്കാരല്ല. എന്റെ കൈയിലിരുന്ന ബാഗായിരുന്നു അവരുടെ ലക്ഷ്യം. ലോണെടുത്ത കാശ് അതിലുണ്ടെന്ന് അറിയുന്ന ആരോ ചെയ്തതാണ്. ഇക്കാര്യം കുട്ടനെ വിശ്വസിപ്പിക്കേണ്ട ഭാരം നിന്നെ ഏൽപ്പിക്കുകയാണ് ഞാൻ."

"ഞാൻ പറഞ്ഞാൽ അവൻ വിശ്വസിക്കുമോ? മാത്രമല്ല, സംഗതി ഇപ്പോൾ കുട്ടന്റെ കൈയിലുമല്ല."

"എന്തെങ്കിലും ചെയ്യ് ജോണീ, അല്ലെങ്കിൽ കുട്ടനെക്കൂടി അവർ കൊല്ലും. അതോടെ എന്റെ കുടുംബം അനാഥമാവും." എന്നിട്ടും എനിക്ക് അനങ്ങാൻ കഴിഞ്ഞില്ല. "ഇത്രയേ ഉള്ളൂ നമ്മൾ തമ്മിലുള്ള ബന്ധം അല്ലേടാ....."

ഉണ്ണിയുടെ കണ്ണുകളിലെ തീവ്രവേദന എന്റെയുള്ളിലാകെ അഗ്നി പടർത്തി. ഞാൻ കത്തിക്കാളി. ബാങ്കിന്റെ പിൻവാതിൽവഴി ഞാൻ പുറത്തേക്കിറങ്ങിയപ്പോൾ നഗരവും എരിയുകയായിരുന്നു. തലയ്ക്കു വെളിവില്ലാത്തവരെപ്പോലെ കൂവിയാർത്തുകൊണ്ട് ഒരുകൂട്ടർ കടകളുടെ ഷട്ടർ അടിച്ചുപൊളിച്ച് കൈയിൽ കിട്ടിയതെല്ലാം വാരിക്കൊണ്ടുപോകുമ്പോൾ മറ്റൊരു കൂട്ടർ ദൈവനാമത്തിൽ കണ്ണിൽക്കണ്ടതെല്ലാം അടിച്ചുതകർക്കുന്നു. നിർത്തിയിട്ട വാഹനങ്ങൾ കത്തിക്കുന്നു. അവരുടെയെല്ലാം മുഖത്ത് ഒരേ ഭാവമായിരുന്നു. രൗദ്രത. അവരുടെ കണ്ണുകളിൽ തീയാളുന്നു. പല്ലുകൾ തേറ്റകളെപ്പോലെ കൂർത്ത് നീളുന്നു. തലയിൽ കൊമ്പു വളരുന്നു. രാക്ഷസപ്പട ആർപ്പുവിളിച്ചു മുന്നേറുന്നു. ഒറ്റ പൊലീസുകാരനേയും ആ പരിസരത്തെങ്ങും കണ്ടില്ല. ഉണ്ണി പറഞ്ഞ കാര്യം ആരോടാ പറയേണ്ടത്? ഈ രാക്ഷസന്മാരെ ഞാനതെങ്ങനെ ബോധ്യപ്പെടുത്തും? കുട്ടാ.....

"സാറേ മരിക്കാൻ നടക്കുകയാണോ? ഓടിക്കോ."

സ്വന്തം ജീവനും കൊണ്ടോടുന്നതിൽനിടയിൽ ഒരാൾ എന്നോടു പറഞ്ഞു. എനിക്കെങ്ങനെ ഓടാൻ കഴിയും? ഉണ്ണിക്ക് കൊടുത്ത വാക്കു പാലിക്കേണ്ടേ? കുട്ടനെ രക്ഷിക്കേണ്ടേ?

അപ്പോഴേക്കും അക്രമികൾ എന്റെ മുന്നിലെത്തിയിരുന്നു.

"ഉണ്ണി മരിച്ചിട്ടില്ല സുഹൃത്തുക്കളേ, അതിന്റെ പേരിൽ നിങ്ങളെന്തിനിങ്ങനെ അഴിഞ്ഞാടുന്നു?"

"മാറി നിക്കെടാ വട്ടാ."

അവരിലൊരാൾ എന്നെ തട്ടിമാറ്റി.

"സത്യമാ ഞാൻ പറയുന്നത്. ഉണ്ണിയെ കൊന്നത് രാഷ്ട്രീയക്കാരല്ല. പണം തട്ടാൻ എത്തിയ കള്ളനാ. ഉണ്ണി നേരിട്ടു വന്ന് പറഞ്ഞതാ."

"മരിച്ചയാള് നേരിട്ടു വന്നെന്ന്.....ഈ വട്ടനെ അടിച്ചോതുക്കെടാ. വട്ടനാണെങ്കിലും ഇവനിങ്ങനെ പത്തുതവണ വിളിച്ചു പറഞ്ഞുനടന്നാ നമ്മുടെ അന്നം മുട്ടും."

എന്നും പറഞ്ഞുകൊണ്ട് ഒരുത്തൻ എന്റെ തലയിൽ കൈയിലിരുന്ന പാരക്കോലുകൊണ്ടരടി. അപ്പോഴാണ് ഒരു കാറു വരുന്നത് അയാൾ

കണ്ടത്. ഉടനെ ആവേശത്തോടെ അങ്ങോട്ടോടി. ചെവി അടപ്പിക്കുന്ന പൊട്ടിത്തെറി. കാറൊരു തീഗോളമായി. നിലവിളികൾ....മാംസം വെന്തു കരിയുന്ന നാറ്റം....ഞാനിതെവിടെയാണ്? പാലസ്തീനോ ഇസ്രായേലോ...

"അരുത്.....ഉണ്ണിയുടെ പേരു പറഞ്ഞ് നിങ്ങളിവിടെ മനുഷ്യക്കുരുതി നടത്തല്ലേ...."

"എന്റെ തല പൊളിക്കല്ലേ......"

"അച്ചായാ....സിസ്റ്റർ...... അച്ചായൻ വീണ്ടും......"

"സത്യമാ മേരീ.... ഉണ്ണി പറഞ്ഞിട്ടാ.... ഞാൻ....." എന്റെ കൈകളിൽ ആരോ സൂചി കയറ്റുന്നു. "എനിക്കു പോയേ തീരൂ. ഉണ്ണിക്കു വാക്കു കൊടുത്തതാ......."

5

വെറുതേ ഞാനെപ്പോഴും സ്വപ്നങ്ങൾ കാണുന്നു

"**വെ**റുതേ ഞാനെപ്പോഴും സ്വപ്നങ്ങൾ കാണുന്നു. അതാണു സുഹൃത്തേയെൻ രോഗം."

എന്ന ഒഎൻവിക്കവിത വായിച്ചതുമുതൽ അവൾക്കു തോന്നി അതു തന്നെയാണ് അവളുടെയും രോഗം. ഒഎൻവിക്കവിതയായതുകൊണ്ട് കാണുന്നത് കാൽപ്പനിക സ്വപ്നങ്ങളായിരിക്കാം. പക്ഷേ, അവൾ കാണുന്നത് ഭീതിപ്പെടുത്തുന്ന കിനാക്കളാണ്. നടുറോഡിൽ സ്ത്രീകളെ അപമാനിക്കുന്നതും ജനം നോക്കിനിന്നു ചിരിക്കുന്നതും കാണുമ്പോൾ അവളുടെ സമനില തെറ്റുന്നു. അവൾ ഉണ്ണിയാർച്ചയെപോലെ ഉറുമി വീശി പോരിനിറങ്ങുന്നു.

"എന്റള്ളോ...."

നിലവിളി കേട്ടുണരുമ്പോൾ ഭർത്താവ് എണീറ്റിരുന്ന് തല തടവുന്നുണ്ടാവും."

എന്തേയ്..... എന്തിനാ നെലോളിച്ചത്? എടീ, നിന്റെ സ്വപ്നസഞ്ചാരം, നിർത്തിയിട്ടേ ഇനി കാര്യമുള്ളൂ.

"നാളെ രാവിലെ പുറപ്പെട്ടോളൂ......"

"എങ്ങാട്ട്?"

"ഇപ്പോ ഇതിന് മരുന്നുണ്ട്."

"ഏതിന്?"

"നിന്റെ വട്ടിന്. നാളെത്തന്നെ സൈക്യാട്രിസ്റ്റിനെ കാണണം."

അയാൾ ഷീറ്റും തലയണയുമായി ഡ്രോയിംഗ്റൂമിലേക്ക് നടക്കുന്നു.

"ഇങ്ങളെങ്ങോട്ടാ പോണത്?"

"നരകത്തിലേക്ക്. ഇതിലും ഭേദം...."

ഞാനിടിച്ചെന്നോ? എന്തിന്?

എന്റെ അന്നദാതാവിനെ ഞാനെന്തിനിടിക്കണം?

ഹസ്നാബി ആകെ അന്തംവിട്ടു. എന്നും രാത്രി ആയത്തുൽ ഖുർസി എന്ന *ഖുർആൻ* വചനങ്ങൾ മൂന്നുപ്രാവശ്യം ചൊല്ലി നെഞ്ചിലും മുഖത്തും ഊതിയിട്ടാണ് ഉറങ്ങാൻ കിടക്കാറുള്ളത്. ഉറക്കം വരുന്നതുവരെ അള്ളാഹുവിന്റെ തിരുനാമങ്ങൾ ഉരുവിട്ടുകൊണ്ടിരിക്കും. എന്നാലും എന്നും രാത്രിയിൽ ഇഷ്ടമില്ലാത്ത എന്തൊക്കെയോ സ്വപ്നങ്ങൾ കാണുന്നു. ഗുജറാത്തിൽ കാവിപ്പോരാളികൾ തീപ്പന്തങ്ങളുമായി മണ്ടിപ്പായുന്നതും സ്ത്രീകളെയും കുട്ടികളെയും ചുട്ടെരിക്കുന്നതും പട്ടാളക്കാർ നോക്കുകുത്തികളാവുന്നതും കണ്ട് അവൾക്ക് അടങ്ങിക്കിടക്കാനാവുമോ? കണ്ണൂരിലും നാദാപുരത്തും ബോംബെറിഞ്ഞും കത്തിയെറിഞ്ഞും വെടിവെച്ചും ജനം പരസ്പരം പൊരുതി മരിക്കുമ്പോൾ അവളുടെ അകം ചുട്ടുപഴുക്കുന്നത് തെറ്റാണോ? പെൺവാണിഭക്കാർ കൊച്ചു പെൺകുട്ടികളുടെ ശരീരം കഴുകന്മാർക്കെറിഞ്ഞു കൊടുത്ത് കീശവീർപ്പിച്ച് മാന്യന്മാരായി വിലസുന്നതുകണ്ട് അവൾക്കെങ്ങനെ അടങ്ങിയിരിക്കാൻ സാധിക്കും? രാഷ്ട്രീയപ്പോരിൽ അച്ഛനമ്മമാരെ നഷ്ടപ്പെട്ട കുഞ്ഞുങ്ങളുടെ കണ്ണീർച്ചാലിൽ അവൾ മുങ്ങിച്ചാവുന്നത് സ്വപ്നംകാണുമ്പോൾ ആർത്തുപോവില്ലേ? ഇതൊന്നും പക്ഷേ, അവളുടെ ഭർത്താവിനു പറഞ്ഞിട്ട് മനസിലാകുന്നില്ല.

"നീയൊരു സാധാരണ സ്ത്രീയല്ലേ ഹസ്നാബി? മറ്റു പെണ്ണുങ്ങൾ കാണുന്ന സ്വപ്നങ്ങൾ കണ്ടാപ്പോരേ നിനക്ക്? നീയൊരു കാര്യം ചെയ്യ്, ടിവിയിലുള്ള സീരിയലുകൾ മുടങ്ങാതെ കാണ്. അപ്പോൾ മനംനിറയെ പൈങ്കിളിക്കിനാവുകളായിരിക്കും."

"നിറമുള്ള കിനാക്കൾ ഞാനെന്തേ കാണാത്തൂ?"

"കണ്ണിൽക്കണ്ട പുസ്തകങ്ങൾ വായിക്കരുതെന്ന് നിന്നോടു ഞാൻ പറഞ്ഞിട്ടില്ലേ? നമ്മൾ സാധാരണക്കാരാ മോളേ.... സാധാരണക്കാരുടെ സ്വപ്നങ്ങൾ കണ്ടാ മതി."

അങ്ങനെ മതിയെന്ന് അവൾക്കും മോഹമുണ്ട്. ഭർത്താവുമൊത്ത് ഊട്ടിയിലെ പൂന്തോട്ടത്തിൽ ആടിപ്പാടുന്നത്, അല്ലെങ്കിൽ ദുബായിഫെസ്റ്റിവെല്ലിന് ഷോപ്പിംഗ് സെന്ററുകളിൽ അലഞ്ഞുതിരിയുന്നത്...., ഏതെങ്കിലും ഹോട്ടലിലെ ശീതീകരിച്ച മുറിയിൽ അയാളെ കെട്ടിപ്പിടിച്ചുറങ്ങുന്നത്, അങ്ങനെ എന്തെങ്കിലും അവൾ കിനാക്കാണത്തതെന്ത്? കുട്ടിക്കാലം മുതൽ അവൾ അങ്ങനെയാണ്. മറ്റു കുട്ടികളുമായി ആടിപ്പാടി കളിച്ചുരസിക്കുമ്പോൾ എന്തോ ദുരന്തം സംഭവിച്ചമട്ടിൽ അവൾ ആധി പിടിച്ചിരിക്കും.

"എന്തിനാണ്ടീ നീയിങ്ങനെ മൂടിക്കെട്ടി നടക്കണത്? കുട്ട്യോളെപ്പോലെ കളിച്ചും ചിരിച്ചും നടന്നൂടെ നിനക്ക്?"

ചെറുപ്പത്തിൽ ഏറെ ഗൗരവം ഭാവിച്ചിരിക്കുമ്പോൾ ഉമ്മ ചോദിക്കുമായിരുന്നു.

തീർത്താൽ തീരാത്ത സംശയങ്ങളായിരുന്നു ഹസീനയ്ക്ക്. ഉപ്പച്ചി ആയിരുന്നു അവൾക്ക് എല്ലാറ്റിനും തുണ. സംശയങ്ങൾ ഉപ്പച്ചി ക്ഷമയോടെ കേട്ടു. വ്യക്തമായ മറുപടിയും കൊടുത്തു.

"ഉപ്പച്ചീ, ഇന്റെ ക്ലാസിലെ മാലതി പറയ്ആ, ഓല് ഇന്ദുക്കളാന്ന്, ഇന്ദുക്കളെന്നുവെച്ചാ ആരാ?"

"ഇന്ത്യക്കാർ."

"അപ്പം ഞമ്മളോ?"

"ഇന്ത്യയിൽ ജനിച്ച ഇസ്ലാമീങ്ങൾ."

"ഒരു പെങ്കുട്ട്യാ ഓള്. ഓളെ കിന്നാരത്തിന് നിങ്ങളധികം തുള്ളണ്ട."

ഉമ്മ ഉപ്പച്ചിയെ താക്കീതു ചെയ്യാറുണ്ട്.

"ആണായാലും പെണ്ണായാലും ഈ ലോകത്തല്ലേ ജീവിക്കേണ്ടത്? സംശയങ്ങൾക്ക് മറുപടി കിട്ടാതെ എങ്ങനെ കഴിയാനൊക്കും."

"ഇങ്ങളെ തലതിരിഞ്ഞ ചിന്തകള് മുയ്മനും ഇപ്പെണ്ണിനാ കിട്ടീത്. ഇന്റെ മോനേതായാലും അങ്ങനെയല്ല. ബേണ്ടാത്തതൊന്നും ഓൻ ആലോയിക്കൂലാ. ചോയിക്കൂലാ."

"നീയൊരുത്തിയാ ഓനെ വഷളാക്കീത്. ലോകമെന്തായാലും ഓനൊന്നൂല്ല. സ്വന്തംകാര്യം നടന്നാ മതി."

"നിങ്ങള് നാട് നന്നാക്കി കുടംബം ബെടക്കാക്കി. ഓനൊരു കരയെത്തീട്ട് മേണം എനക്കൊന്നു നീണ്ടു നീർന്ന് ജീവിക്കാൻ."

ഉമ്മയുടെ ഇത്തരം ചില പ്രസ്താവനകൾ ഉപ്പച്ചി കേട്ടില്ലെന്ന് ഭാവിക്കയാണു പതിവ്. അന്യരെ ഉപദ്രവിക്കാതെ ജീവിക്കണമെന്ന് ആഗ്രഹിച്ച ആളായിരുന്നു ഉപ്പച്ചി. നേരും നെറിയും വിട്ടുള്ള ഒന്നും വേണ്ട. ഉപ്പച്ചി പറയാറുണ്ടായിരുന്നു. അതൊക്കെ തലതിരിഞ്ഞ ചിന്തകളായിരുന്നു ഉമ്മയ്ക്ക്.

"നാടോടുമ്പം നടുവേ ഓടിയില്ലെങ്കി പെരുവഴിയിലായിപ്പോകും പൊന്നേ."

ഉമ്മ പറയും.

ഉപ്പച്ചി വല്യുപ്പച്ചിക്കും തലതിരിഞ്ഞോനായിരുന്നു.

"സ്വന്തം കാലിൽ നിൽക്കാനുതകുമല്ലോ എന്നു കരുതിയാ കോളേജി പഠിപ്പിച്ചത്. ചെക്കനിങ്ങനെ തലതിരിഞ്ഞു പോകുമെന്നറിഞ്ഞിരുന്നെങ്കിൽ പീട്യേലിരുത്തിയാ മതിയേനും."

ആറു പെൺമക്കൾക്കിടയിൽ രാജകുമാരനായി വളർന്നവനായിരുന്നു ഉപ്പച്ചി. പത്താംക്ലാസ് കഴിഞ്ഞപ്പോൾ കച്ചോടത്തിലിരുത്താൻ വല്യുപ്പച്ചി ശ്രമിച്ചതുമാണ്.

"ഇനിക്ക് പഠിക്കണം."

ഉപ്പച്ചി ഒരേ വാശി. അങ്ങനെയാണ് കോളേജിൽ ചേർത്തത്. വല്ല്യുപ്പച്ചി എത്ര ശ്രമിച്ചിട്ടും കച്ചോടത്തിനിറങ്ങാൻ ഉപ്പച്ചി കൂട്ടാക്കിയില്ല. പഠിച്ച് അധ്യാപകനാകണമെന്ന മോഹം ഉപ്പച്ചി സ്വന്തം പരിശ്രമത്താൽ സാധിച്ചെടുത്തു. വല്യുപ്പച്ചിയുടെ മരണശേഷം കച്ചവടസ്ഥാപനങ്ങൾ സഹോദരിഭർത്താക്കന്മാർ കൈയ്ക്കാലക്കുകയും ചെയ്തു. അതിനെച്ചൊല്ലി ഉമ്മ അലതല്ലുന്നത് അവൾ ഓർമവെച്ചനാൾ മുതൽ കേൾക്കാറുണ്ട്

എല്ലാ കാര്യങ്ങളിലും വിപരീതാഭിപ്രായക്കാരായിരുന്നു ഉമ്മയും ഉപ്പച്ചിയും. ഇസ്ലാമിനു പറഞ്ഞിട്ടുള്ളത് കച്ചവടമാണെന്ന് ഉമ്മച്ചി. നേരായ രീതിയിൽ കച്ചവടം ചെയ്താൽ മേൽഗതിയില്ലെന്ന് ഉപ്പച്ചി. മക്കൾക്ക് പേരിടുന്ന കാര്യത്തിൽപ്പോലും ഈ തർക്കമുണ്ടായിരുന്നു. നന്നായി ചിരിക്കുന്നവൾ എന്ന അർഥമുള്ള സുഹാസിനി എന്ന പേര് അവൾക്കിടാനായിരുന്നു ഉപ്പച്ചി ആഗ്രഹിച്ചിരുന്നത്. കേട്ടതും ഉമ്മ തലയിൽ കൈവച്ചു.

"എന്റെ റബ്ബേ, കാഫ്രീങ്ങളെ പേരാ അത്."

"ഒരു പേരിലെന്തിരിക്കുന്നു? അർഥമുള്ള പേരുവേണം കുട്ടികൾക്കിടാൻ. എന്റെ മോൾ എപ്പോഴും ചിരിക്കണം. എല്ലാവരേയും ചിരിപ്പിക്കുകയും വേണം."

ഉപ്പച്ചി തർക്കിക്കാൻ തുനിയുന്നതു കണ്ട് ഉമ്മ വിഷയം വല്യുപ്പച്ചിയുടെ കാതിലെത്തിച്ചു.

"അങ്ങനത്തെ കാഫിർ പേരുകളൊന്നും മേണ്ട. കുട്ടീന്റെ പേര് ഹസ്നബീവി."

വല്യുപ്പച്ചി കാതിൽ മൂന്നുവട്ടം വിളിച്ചതോടെ അവൾ ഹസ്നാബിയായി. വല്യുപ്പച്ചി മഹല്ല് പള്ളിക്കമ്മിറ്റി പ്രസിഡണ്ടുമാത്രമല്ല. സംഘടനാപ്രവർത്തകനുമാണ്. ഇസ്ലാമായാൽ മാത്രം പോരാ, ഏതെങ്കിലുമൊക്കെ സംഘടനകളിൽ അംഗവുമാകണം. എന്നാലേ സമൂഹത്തിൽ സ്വന്തം വിലയും നിലയും ഉറപ്പിക്കാനാവൂ. മുസ്ലിം എങ്ങനെ ജീവിക്കണമെന്ന് വ്യക്തമായ ധാരണകൾ ഓരോ സംഘടനയ്ക്കുമുണ്ട്. അതിനെച്ചൊല്ലി അണികൾ തമ്മിൽ പൊരിഞ്ഞ തല്ലും നടക്കാറുണ്ട്. ഒരു സംഘടനയുടെ നെടുംതൂണായ കാദറാജിയുടെ മകൻതന്നെ നിയമങ്ങൾ ലംഘിക്കുകയോ? ആ വീട്ടിൽ ഉപ്പച്ചിയൊഴികെ എല്ലാവരും സംഘടനാബോധമുള്ളവരായിരുന്നു. ഉപ്പയുടെ ആറു പെങ്ങന്മാരിൽ മൂന്നുപേരും ഒരു ചേരിയിലും മറ്റു മൂന്നുപേർ മറു ചേരിയിലുമായിരുന്നു. നോമ്പും പെരുന്നാളും ആഘോഷിക്കുന്നതിൽപ്പോലും സംഘടനകൾ തമ്മിൽ മത്സരവും തമ്മിൽപ്പോരുമാണ്. ഇതൊക്കെയും കുടുംബബന്ധങ്ങളെയും ബാധിക്കാറുണ്ട്. ആറുപെങ്ങന്മാർക്ക് ഒരാങ്ങളെയാണ് ഉപ്പച്ചി. പെങ്ങന്മാർ ചേരിതിരിഞ്ഞ് പെരുന്നാളാഘോഷിക്കുമ്പോൾ കുഴയുന്നത് ഉപ്പച്ചിയാണ്. ആങ്ങള തങ്ങളുടെ കൂടെ നിൽക്കണമെന്ന് പെങ്ങന്മാരോരുത്തരും ആഗ്രഹിക്കുന്നു. ഇതു മനസിലാക്കിയ ഉപ്പ എല്ലാവരോടും സമദൂരസിദ്ധാന്തമാണ് പാലിക്കാറുള്ളത്.

"ഇങ്ങക്ക് ദീനൂല്ല, ദുനിയാവൂല്ല, ഇന്റെ വിധി റബ്ബേ...."

"ആദ്യം സ്വയം നന്നാവുക. എന്നിട്ടുമതി സമുദായത്തെ നന്നാക്കൽ." ഉപ്പച്ചി പതുക്കെ പറയും.

അവളെ ഉപ്പച്ചി ഡാൻസ് പഠിപ്പിച്ചത് തറവാട്ടിൽ കോളിളക്കമുണ്ടാക്കി.

"തലയും മുലയും വളർന്ന ഒരിസ്ലാം പെൺകുട്ടി കാഫ്രിച്ചികളെപ്പോലെ മറ്റാണുങ്ങളുടെ മുന്നിൽ ആടിപ്പാടോ്വോ?"

ഉപ്പച്ചിയുടെ പെങ്ങന്മാരും അളിയന്മാരും അക്കാര്യത്തിൽ ഒറ്റക്കെട്ടായിരുന്നു. ഉമ്മച്ചിയുടെ എതിർപ്പുകൂടിയായപ്പോൾ അവളുടെ ഡാൻസ് പഠിത്തം അവസാനിച്ചു. എങ്കിലും വായനയിലുള്ള അവളുടെ താൽപ്പര്യം ഉപ്പച്ചി പ്രോത്സാഹിപ്പിച്ചു. കവിതകളും നോവലുകളും ഉപ്പച്ചിതന്നെ തെരഞ്ഞെടുത്തു കൊടുത്തു. കോളേജിലയയ്ക്കുകയും ചെയ്തു. കലയിലും സാഹിത്യത്തിലുമൊക്കെ താൽപ്പര്യമുള്ള സത്യസന്ധനായ ഒരുദ്യോഗസ്ഥനെക്കൊണ്ട് അവളെ കല്യാണം കഴിപ്പിക്കണമെന്നായിരുന്നു ഉപ്പച്ചിയുടെ മോഹം. അതു നടന്നുകാണാനുള്ള ഭാഗ്യം ഉപ്പച്ചിക്കുണ്ടായില്ല. ഒരുദിവസം രാവിലെ ഉപ്പച്ചി ഉണർന്നില്ല. ആരോടും ഒന്നും പറയാതെ, പരാതിയില്ലാതെ, പരിഭവമില്ലാതെ പെട്ടെന്നങ്ങു പോയി.

അതോടെ അവളുടെ പഠിപ്പും നിന്നു. പണവും പ്രതാപവുമുള്ള ആളെക്കൊണ്ടേ അവളെ വിവാഹം കഴിപ്പിക്കൂ എന്ന് ഉമ്മയ്ക്കും ആങ്ങളയ്ക്കും നിർബന്ധമായിരുന്നു. അങ്ങനെത്തന്നെ സംഭവിക്കുകയും ചെയ്തു. ഭർത്താവ് സുമുഖൻ, സൽസ്വഭാവി, പണക്കാരൻ. പഠിപ്പും പദവിയും നോക്കിയാ പെണ്ണ് പട്ടിണിയാകും. ഉമ്മച്ചിയും ആങ്ങളയും ഒറ്റക്കെട്ടായിരുന്നു അക്കാര്യത്തിൽ, സാധാരണ പെണ്ണുങ്ങളെപ്പോലെ അവൾ കിനാവുകൾ കാണട്ടെ. പട്ടും പണ്ടവും വേണമെന്നു പറഞ്ഞ് പുതിയാപ്ലയെ ശല്യപ്പെടുത്തിക്കോട്ടെ. പട്ടുസാരിയോ പർദയോ അണിഞ്ഞ് അത്തറു പൂശി സംഘടനാപ്രവർത്തനങ്ങൾക്കോ *ഖുർആൻ* ക്ലാസിനോ പോയ്ക്കോട്ടെ. ഒന്നിനും അയാൾക്ക് എതിർപ്പില്ല. പക്ഷേ, ലോകത്താകമാനമുണ്ടാകുന്ന ദുരന്തങ്ങളിൽ കേഴുന്ന ഒരു ദുഃഖപുത്രിയായി അയാളുടെ സ്വസ്ഥത കെടുത്തുന്നതെന്തിന് എന്നാണ് അയാൾ ചോദിക്കുന്നത്. അവളുടെ ഉമ്മയും സഹോദരനും സന്ധുബന്ധുക്കളും അതുതന്നെ ചോദിക്കുന്നു.

“മൊഞ്ചും സീനത്തും മാലും മൊതലുമുള്ള പുതിയാപ്ലനെ കിട്ടിയതിൽ പടച്ചോനെ ശുക്ര് ചെയ്യ് ഹസ്ന. ഇനിക്കെന്താ ഒരു കുറവ്? ചോയിക്കുന്നതെല്ലാം തരുന്ന ഒരു പിയ്യാപ്ലയല്ലേ നിന്റെത്. എന്നിട്ട് നീയെന്തിനാ മൂപ്പരെ മേണ്ടാത്ത കാര്യങ്ങള് പറഞ്ഞ് ബെറുപ്പിക്കണത്?”

അവൾ പുതിയാപ്ലയുമായി പിണങ്ങി വീട്ടിലെത്തുമ്പോൾ ഉമ്മ കലിതുള്ളുന്നു. ചോദിക്കുന്നതെല്ലാം തരുന്നെന്നുവെച്ച് സ്വന്തം അഭിപ്രായം പറഞ്ഞൂടേ? അവൾക്കിഷ്ടപ്പെട്ട പുസ്തകം വായിക്കാൻ അയാളുടെ സമ്മതം വേണമെന്നും ശഠിക്കാമോ? ചുറ്റും നടക്കുന്ന അനീതിയെക്കുറിച്ച് പ്രതികരിക്കുമ്പോൾ കലിതുള്ളി ചീത്ത വിളിക്കണോ?

“ഇപ്രാവശ്യം മൂപ്പര് ആകെ ചൂടിലായിരുന്നു. മോള് ഇനിയും ഇത്തരം കോപ്പരാട്ടികള് കാണിച്ചാ എന്റെ നെറം മാറുന്നാ മൂപ്പര് അന്നെ കൊണ്ടാക്കാൻ ബന്നപ്പള് പറഞ്ഞത്. അയിന്റെ പൊരുള് അനക്ക് പുടികിട്ടീക്ക്ണോ?”

“അത് എപ്പളും പറേണതല്ലേ?”

"ആണുങ്ങളെ മനസ്സ് എപ്പളാ പിടിവിട്ടുപോവ്വാന്ന് നിശ്ചല്ലട്ടോ. മൂപ്പരിക്ക് ഇനിയും രണ്ടോ മൂന്നോ പെണ്ണുകെട്ടാനുള്ള താക്കത്തുണ്ടെന്ന് ഇന്റാള് മറക്കണ്ട. കെട്ടിച്ചുകൊടുക്കാൻ തയാറുള്ള തന്തമാരുമുണ്ട്."

ഹസ്ന ആകെ വിളറി. അങ്ങനെ ചെയ്യുമോ?

"കെട്ടുന്നെങ്കി കെട്ടട്ടെ. എന്നാലും പറയാനുള്ളത് ഞാൻ പറയും." പറഞ്ഞപ്പോൾ അവളുടെ സ്വരമിടറിയോ?

"താലോലിക്കാനും തമ്പോലിക്കാനും പട്ടിലും പൊന്നിലും പൊതിഞ്ഞ് ചമയിച്ചൊരുക്കി പ്രേമിക്കാനും ഒരു പുരുഷനുണ്ടെങ്കിൽ സ്ത്രീക്കെന്തിനാ സ്വാതന്ത്ര്യം എന്ന് കമലാ സുരയ്യ ഈയിടെ ഒരഭിമുഖത്തിൽ പറഞ്ഞത് ഇത്ത വായിച്ചില്ലേ? അത്തരം നല്ല കാര്യങ്ങളെക്കുറിച്ച് ചിന്തിച്ചാപ്പോരേ ഇത്താക്ക്? നാട്ടാരെ നന്നാക്കാൻ നടക്കാണ്ടെ സ്വന്തംകാര്യം നോക്യാപ്പോരെ?"

ആങ്ങളയും കുറ്റപ്പെടുത്തുന്നു.

അപ്പോൾ ഉപ്പച്ചിയെ മനസിലോർത്ത് അവൾ പതുക്കെ മൂളുന്നു.

"വെറുതേ ഞാനെപ്പോഴും സ്വപ്നങ്ങൾ കാണുന്നു. അതാണു സുഹൃത്തേയെൻ രോഗം."

6

ഹാജ്യാരുടെ ഭാര്യ

ഡ്യൂട്ടി കഴിഞ്ഞ് റൂമിലേക്ക് നടക്കുമ്പോഴും മനസു നിറയെ പതിനേഴാം നമ്പർ മുറിയിലെ പേഷ്യന്റായിരുന്നു. അവരുടെ സ്ഥിതി പരുങ്ങലിലാണ്. നാലു കൊല്ലമായി ഇവിടെ ജോലി ചെയ്യാൻ തുടങ്ങിയിട്ട്. നഴ്സിങ്ങിന് പഠിച്ചതും ഇവിടെതന്നെ. പലതരം രോഗികളുമായി ഇടപഴകി. എത്രയോ മരണങ്ങൾ, ബന്ധുക്കളുടെ മാറത്തടിച്ചുള്ള നിലവിളി, രോഗികളുടെ മരണവെപ്രാളങ്ങൾ. ദയനീയമായ ഞരക്കങ്ങൾ –എല്ലാം കണ്ടും കേട്ടും മനസ്സ് തഴമ്പിച്ചു. ആദ്യമൊക്കെ രോഗിയുടെ പരവേശവും വേദനയും കാണുമ്പോൾ തളരുമായിരുന്നു. ഇപ്പോൾ എല്ലാം ശീലമായി. ആരോടുമില്ല പ്രത്യേക മമത. പക്ഷേ, പതിനേഴിലെ ആയിഷുമ്മയെ കണ്ടപ്പോഴേ എന്തോ അടുപ്പം തോന്നി. ശാന്തമായ മുഖം, സ്നേഹം നിറഞ്ഞ പെരുമാറ്റം, മരിച്ചുപോയ ഏലിക്കൊച്ചമ്മയുടെ മുഖച്ഛായ.

ആലോചനയിൽ മുഴുകിയതുകൊണ്ട് മുറിയിൽ എത്തിയത് അറിഞ്ഞില്ല. പൂട്ടിയിരിക്കുന്നു. റൂംമേറ്റ് സബീന ഡ്യൂട്ടിക്കു പോയിട്ടുണ്ടാവും. സാധാരണ താൻ തിരിച്ചെത്തിയാലാണ് അവൾ പുറപ്പെടുന്നത്. പക്ഷേ, ഇന്ന് എത്താൻ വൈകിപ്പോയി. ആയിഷുമ്മയുടെ നിലവിളികേട്ട് നിന്നുപോയതാണ്. വാതിൽപ്പടിയിൽ വെച്ചിരുന്ന താക്കോലെടുത്ത് മുറി തുറന്നു. യൂണിഫോം അഴിച്ച് ഹാങ്ങറിൽ തൂക്കി. മാക്സിയെടുത്തിട്ട് കട്ടിലിൽ കയറിക്കിടന്നു. കൈയും കാലും കഴുകാൻ പോലും തോന്നിയില്ല. ഡ്യൂട്ടി കഴിഞ്ഞു വന്നാൽ കുളി പതിവാണ്. ഒന്നിനും തോന്നുന്നില്ല. വല്ലാത്ത തലവേദന. ഉമ്മയുടെ ദയനീയമായ കരച്ചിൽ കാതിൽ വന്നലയ്ക്കുന്നു. ഒപ്പം അവരുടെ മക്കളുടെ അലമുറയും.

അബോധാവസ്ഥയിലേക്കു വഴുതിവീഴുന്നതിന് മുമ്പുള്ള അവരുടെ അവസ്ഥ കണ്ടു പേടിച്ചുപോയി. അതുവരെ ശാന്തമായിരുന്ന മുഖം ബീഭത്സമായി. കണ്ണുകൾ ഉരുണ്ടുകയറി. അവയവങ്ങളുടെ പ്രവർത്തന

ശേഷി ഓരോന്നായി നഷ്ടപ്പെട്ടുകൊണ്ടിരുന്നു. ശരീരം മുഴുവൻ വേദന. എവിടെത്തൊട്ടാലും ഉമ്മ ദയനീയമായി നിലവിളിക്കും. ഡോക്ടർ തോമസുപോലും ഇടറിപ്പോയി. എപ്പോഴും തമാശപറഞ്ഞു ചിരിക്കാറുള്ള അദ്ദേഹത്തിന്റെ മുഖം നിറയെ ഗൗരവം. അവസാനനിമിഷമാണെന്നറിഞ്ഞിട്ടും സാറ് പരമാവധി ശ്രമിച്ചു.

ആയിഷുമ്മ പതിവായി ഇവിടെ വരാറുണ്ട്. തോമസ് സാറിന്റെ പേഷ്യന്റാണ്. ആദ്യമൊക്കെ നരച്ച താടിയുള്ള, മൊട്ടത്തലയിൽ വെള്ളത്തൊപ്പി ധരിച്ച ഭീമാകാരനായ ഭർത്താവും കൂടെ ഉണ്ടാകുമായിരുന്നു. ഒരു ദിവസം സാർ. ഒപി യിലുള്ളപ്പോൾ തന്നെ റൂമിലേക്ക് വിളിച്ചു. റൂമിൽ ചെന്നപ്പോൾ ആയിഷുമ്മയും ഭർത്താവും അവിടെ ഇരിക്കുന്നു. അയാൾ സാറിനോടു പരാതി പറയുമ്പോഴാണ് താനവിടെ ചെന്നത്. "ഇവളേംകൊണ്ട് ആശുപത്രി കേറിയിറങ്ങി ഞമ്മക്ക് മതിയായി ഡോക്ടരേ. തലചുറ്റല്, പനി, ക്ഷീണം—അവക്കില്ലാത്ത സൂക്കേടില്ല. പായാരം കേട്ടുകേട്ട് മടുത്തു. പൊരയിൽ ഒന്നും നേരെയാകുന്നില്ല. ഞമ്മള് വേറെ കെട്ടിയാലോന്നാ ആലോചന."

"അതിനുമാത്രമൊന്നുമില്ല ഹാജിയാരെ. ബിപി കുറച്ച് കൂടുതലാ അതുകൊണ്ടാ തലചുറ്റലുണ്ടാകുന്നത്. നിങ്ങൾ അവരുടെ മനസ്സ് വേദനിപ്പിക്കാതിരുന്നാൽത്തന്നെ അസുഖം വേഗം ഭേദമാകും."

സാറിന്റെ വിളികേട്ടാണ് ആള് ഹാജ്യാരാണെന്നു മനസിലായത്. ഹാജിയാരോട് എന്തെന്നില്ലാത്ത അമർഷം തോന്നി. ഭാര്യക്ക് ഒരു ചെറിയ അസുഖം വരുമ്പോഴേക്ക് പെണ്ണുകെട്ടാൻ നടക്കുന്ന ഹാജിയാര്! പാവം ഉമ്മ! ഏതോ തെറ്റു ചെയ്തതുപോലെ തലയും കുനിച്ചിരിക്കുന്നു. കണ്ടിട്ട് സഹിച്ചില്ല. കാലിൽനിന്ന് അരിശം പെരുത്തുകയറി തന്നത്താൻ നിയന്ത്രിച്ചു.

"എടോ താനെന്താ മിഴിച്ചു നിൽക്കുന്നത്? ഇവരെ കൊണ്ടുപോയി ബ്ലഡും യൂറിനുമൊക്കെ ഒന്ന് ടെസ്റ്റ് ചെയ്യിക്കണം." സാർ കടലാസ് നീട്ടിക്കൊണ്ടു പറഞ്ഞു. ഉമ്മയേയും കൂട്ടി ലാബിലേക്കു നടക്കുമ്പോൾ അവരോട് വീട്ടുകാര്യങ്ങൾ ചോദിച്ചു. മൂന്നാൺമക്കളുണ്ട്. മൂന്നുപേരും ഗൾഫിലാണ്. ഭർത്താവിന് ആവശ്യത്തിനുമാത്രം സ്വത്ത്. എന്നിട്ടും ഉമ്മയുടെ മുഖത്ത് സങ്കടം.

"എന്താ ഉമ്മാ മുഖത്തൊരു സന്തോഷമില്ലാത്തത്?"

"എന്ത് പറയാനാ മോളേ, എല്ലാം ഉണ്ട്. എന്നിട്ടെന്താ? തടിക്ക് സുഖമില്ലാഞ്ഞാ പോയില്ലേ കാര്യം. കുട്ട്യോളെ ഉപ്പാക്ക് എപ്പളും ഈറ. ഞാൻ ബേണോന്ന് വെച്ച് സൂക്കേടുണ്ടാക്കുന്നതാ? പടച്ചവൻ വിധിക്കുന്നതെല്ലാം അനുഭവിച്ചുതന്നെ തീരണ്ടേ?"

ഒരാഴ്ച അവിടെ കിടന്ന് എല്ലാം ഭേദമായിട്ടാണ് ഉമ്മ പോയത്.

അടുത്ത പ്രാവശ്യം അവർ മകന്റെ കൂടെയാണ് ഡോക്ടരെ കാണാൻ വന്നത്. മുഖം നിറയെ ചിരി. ഡ്യൂട്ടിറൂമിൽ വന്നാണ് തന്നെകണ്ടത്.

"മോളെ, ഞമ്മള് മോന്റെ കൂടെ ദുബായിക്ക് പോവ്വാ. ഇക്കൊല്ലത്തെ ഹജ്ജും കയിഞ്ഞേ മടങ്ങൂ. തെറ്റെന്തെങ്കിലും പറഞ്ഞിട്ടുണ്ടെങ്കിൽ പൊറുക്കണേ മോളെ."

പിന്നെ അവരെ കാണുന്നത് തീരെ അവശയായി ഇവിടെ കൊണ്ടു വന്നപ്പോഴാണ്. അപ്പോഴും ആ മുഖം ശാന്തമായിരുന്നു. വിട്ടുമാറാത്ത പനിയും മേലുവേദനയുമായിട്ടാണ് വന്നത്. ഒരുമാസമായത്രെ തുടങ്ങിയിട്ട്. വിട്ടുവിട്ട് പനി വന്നുംപോയുമിരുന്നു. ആദ്യമൊന്നും കാര്യമാക്കിയില്ല. തീരെ വയ്യാതായപ്പോഴേ ഇങ്ങോട്ടു വന്നുള്ളൂ. ഇവിടെ എത്തിയപ്പോഴാണ് മഞ്ഞപ്പിത്തമാണെന്ന് അറിഞ്ഞത്. അപ്പോഴേക്കും ലിവറിനെ ബാധിച്ചിരുന്നു. ശരീരം ക്ഷീണിച്ചതോടെ മുമ്പുണ്ടായിരുന്ന അസുഖങ്ങളെല്ലാം പൂർവാധികം ശക്തിയോടെ പുറത്തായി. അപ്പോൾ കൂടെ ഹാജ്യാരുണ്ടായിരുന്നില്ല. ഇളയ മകനും ഭാര്യയുമാണ് കൂടെ ഉണ്ടായിരുന്നത്.

“എന്താ ഉമ്മാ, ഹാജ്യാരുടെ പിണക്കമൊന്നും തീർന്നില്ലേ?”

ഉമ്മയ്ക്ക് മരുന്നു കൊടുക്കുമ്പോൾ ചോദിച്ചു. ഉമ്മയുടെ മുഖം വല്ലാതായി. കൂടെ ഉണ്ടായിരുന്ന സബീനസിസ്റ്റർ ഉമ്മ കാണാതെ എന്റെ തുടയിൽ നുള്ളി. താനുടനെ സംഭാഷണം മാറ്റി. കൂടെ നിൽക്കുന്ന പെൺകുട്ടിയോടു ചോദിച്ചു.

“ഉമ്മയുടെ മരുമോളാ?”

“ആ, എന്റെ രണ്ടാമത്തെ മോന്റെ ഓളാ, സൈനബാ, ഓൻ അടുത്ത ആഴ്ച ഇബളെ കൊണ്ടോവാൻ വരുന്നുണ്ട്. ഞാനും കൂടെ പോണോന്നാ ഇവര് പറേന്നത്.”

“ഉമ്മ കോളടിച്ചല്ലോ. വയസുകാലത്ത് നാടൊക്കെ ചുറ്റിക്കാണാലോ.”

“ഉമ്മായ്ക്ക് തീരെ ഇഷ്ടമില്ല. പക്ഷേ, ഇപ്രാവശ്യം ഉമ്മയില്ലാതെ മടങ്ങൂലാന്ന് അവര് ഒറപ്പിച്ച് പറഞ്ഞിട്ടുണ്ട്. എല്ലാം ശരിയായിട്ടേ വരൂന്ന് ഇന്നത്തെ ഫോൺ വിളിച്ചപ്പോഴും പറഞ്ഞിരുന്നു. അതാ വരാൻ താമസിക്കണത്. അവിടെ കുറച്ചുകാലം നിന്നപ്പോ ഉമ്മാക്ക് ഒരു സൂക്കോടും ഇല്ലായിരുന്നു.”

“മരിച്ച് കബറിലെടുക്കാൻ എന്തിനാ മോളേ ഇങ്ങളെ എടങ്ങേറാക്കാൻ അങ്ങോട്ട് വരുന്നത്. എന്റെ പൊരേക്കടന്ന് മരിക്കണോന്നാ ഉമ്മാന്റെ ആശ.”

“ഉമ്മ എന്തിനാ ഇങ്ങനെ പറേന്നത്. ഉമ്മാക്ക് അതിനുമാത്രമൊന്നുമില്ല. അവിടെ വന്ന് താമസിച്ചാ എല്ലാം സുഖമാവും.” സൈനബ പറഞ്ഞു.

“ശരിയാ, ഉമ്മാ. എല്ലാം പെട്ടെന്ന് സുഖമാവും. നാടു ചുറ്റുന്നതിനിടയിൽ ഞങ്ങളെ മറക്കല്ലേ ഉമ്മാ.”

ഡ്യൂട്ടിറൂമിലെത്തിയപ്പോഴാണ് ഹാജിയാർ രണ്ടാമതും കല്യാണം കഴിച്ച വിവരം സബീന പറഞ്ഞത്. “എടോ, തങ്കമ്മേ, ഉമ്മേടെ ഹാജ്യാര് രണ്ടാമതും പെണ്ണുകെട്ടി. മകന്റെ ഭാര്യയേക്കാൾ ചെറുപ്പക്കാരി. ഉമ്മ മക്കത്തായിരുന്നു. തിരിച്ചുവന്നപ്പോഴാണ് വിവരം അറിഞ്ഞത്. അതോടെയാണ് ഉമ്മയ്ക്ക് അസുഖം ഏറിയത്.”

കേട്ടപ്പോൾ വല്ലാതായി. ഹാജിയാർക്ക് വയസ്സ് അറുപതു കഴിഞ്ഞു. പാവം ഉമ്മ! അവർ ഇപ്പോഴും ഭർത്താവിനെക്കുറിച്ചോർത്ത് ഉരുകുന്നു.

രോഗം കൂടുതലായിട്ടും അയാൾ ഒന്ന് കാണാൻപോലും വന്നില്ല. അത് പറഞ്ഞാണത്രേ ഉമ്മ കരയുന്നത്.

"എനക്ക് ഓാറെ ഒന്നുകണ്ടാമതി." എന്നുപറയുന്നതു കേട്ട് മകൻ ബാപ്പായെ ചെന്നുകണ്ട് വിവരം പറഞ്ഞു. പക്ഷേ, അയാൾക്ക് തിരക്കാണത്രേ. വരാൻ നോക്കാമെന്നു പറഞ്ഞിട്ടുണ്ട്.

ജോലിയിൽ ശ്രദ്ധിക്കാൻ കഴിഞ്ഞില്ല. ബെഡ് നമ്പർ പത്തിന് പാരസെറ്റമോൾ കൊടുക്കാൻ മറന്നു. അയാൾക്ക് ടെമ്പറേച്ചർ കൂടി. സബീന ഓർമിപ്പിച്ചതുകൊണ്ട് കുഴപ്പമുണ്ടായില്ല. സബീന ശകാരിക്കുകയും ചെയ്തു.

"എടോ താനെന്തിനാ ഇങ്ങനെ ആവശ്യമില്ലാത്ത കാര്യങ്ങളാലോചിച്ച് തല പുണ്ണാക്കുന്നത്?"

"എന്നാലും ഹാജ്യാര് ആ പാവം ഉമ്മയോട് ഇങ്ങനെ കാണിച്ചല്ലോ."

"എടോ, താനൊന്ന് വെറുതെയിരി. അവരുടെ മതത്തിൽ അങ്ങനെയൊക്കെ ആകാമത്രേ. താനൊരു കാര്യം ചെയ്യ്. ഹോസ്റ്റലിൽ ചെന്ന് കുറച്ചുനേരം കവിത വായിക്ക്. തന്റെ മൂഡ് ശരിയാകും."

ശരിയാണ്. മനസ്സ് വല്ലാതെ അസ്വസ്ഥമാകുമ്പോൾ കവിത വായിക്കും. അപ്പോൾ മനസിന് സമാധാനം കിട്ടാറുണ്ട്. അന്ന് കവിതാപുസ്തകം കൈയിലെടുത്തിട്ട് ഒരക്ഷരംപോലും വായിക്കാൻ കഴിഞ്ഞില്ല. പുസ്തകത്താളു നിറയെ ആയിഷുമ്മായുടെ ദയനീയ മുഖം മാത്രം.

അവരെ കാണുമ്പോഴെല്ലാം ഏലിക്കൊച്ചമ്മയെ ഓർമവരും. പാവം കൊച്ചമ്മയും മനസു നീറിയാണ് മരിച്ചത്. അമ്മയുടെ നേരെ താഴെയുള്ള അനിയത്തിയാണ് ഏലിക്കൊച്ചമ്മ. വല്യപ്പച്ചൻ അവരെ മഠത്തിൽ ചേർത്തു. എന്താണെന്നറിയില്ല. അവർക്കവിടെ പൊരുത്തപ്പെടാൻ കഴിഞ്ഞില്ല. ആറുമാസം കഴിയുന്നതിനുമുമ്പ് അവർ തിരിച്ചുവന്നു. വരുമ്പോൾ അവരാകെ പരവശയായിരുന്നു. നാട്ടുകാർ പലതും പറഞ്ഞുണ്ടാക്കി. കുപ്പായം ഊരിവന്ന അവളെ കാണാൻ പലരുമെത്തി. പാവം കൊച്ചമ്മ! മുറിക്കകത്തുനിന്ന് പുറത്തിറങ്ങിയില്ല. അതിനുശേഷം അവർ അധികകാലം ജീവിച്ചില്ല. കൊച്ചമ്മയ്ക്ക് അന്യമതത്തിൽപ്പെട്ട ഒരു കാമുകനുണ്ടായിരുന്നത്രെ! അയാളെയല്ലാതെ വിവാഹം കഴിക്കില്ലെന്ന് അവർ ശാഠ്യംപിടിച്ചു. അതുകൊണ്ടാണത്രേ വല്യപ്പച്ചൻ അവരെ മഠത്തിൽ ചേർത്തത്. കൊച്ചമ്മ മഠത്തിൽ ചേർന്നതോടെ അയാളും നാടുവിട്ടു. മരിച്ചെന്നും ഇല്ലെന്നും പറയുന്നു. ഇതൊക്കെ ഈയടുത്താണ് താനറിഞ്ഞത്. ജീവിതത്തിന്റെ കയ്പ്പുനീർ മാത്രം കുടിക്കാനായിരുന്നു അവരുടെ വിധി.

ആയിഷുമ്മയുടെ ഇളയ മകന്റെ വിവാഹം കഴിഞ്ഞയാഴ്ചയായിരുന്നു. പുറത്തുള്ള രണ്ടു മക്കളും എത്തിയിരുന്നു. ഉമ്മയ്ക്ക് പോകാനുള്ള ടിക്കറ്റും വിസയുമൊക്കെ ശരിയാക്കിട്ടാണ് അവർ വന്നത്. ഉമ്മ കിടപ്പിലായതറിഞ്ഞ് മക്കൾക്ക് ആകെ വിഷമം. ഉമ്മയുടെ നിർബന്ധംകൊണ്ടു മാത്രമാണ് ഇളയ മകന്റെ കല്യാണം പെട്ടെന്ന് നടത്തിയത്. കല്യാണത്തിന് വീട്ടിൽ പോകണമെന്ന് ഉമ്മയ്ക്ക് ഒരേ വാശി. നിവൃത്തിയില്ലാതെ

ഡോക്ടർക്ക് സമ്മതിക്കേണ്ടിവന്നു. കല്യാണം കഴിഞ്ഞതോടെ അസുഖം ആധിയായി. മകന്റെ കല്യാണത്തിന് ബാപ്പ വന്നില്ലത്രേ. മക്കൾ കാലുപിടിച്ച് പറഞ്ഞതാണ്. എന്നിട്ടും അയാൾ വന്നില്ല. അതൊന്നും സഹിക്കാൻ പാവം ഉമ്മയ്ക്കു കഴിയുന്നില്ല. ഇവിടെ വന്നപ്പോൾ താൻ ചോദിച്ചു: "ഉമ്മയെ അയാക്കു വേണ്ടെങ്കിൽ നിങ്ങളെന്തിനാ അയാക്കുവേണ്ടി ചാവുന്നത്?"

"മോളെ, മൂപ്പര് എന്റെ മൂന്നുമക്കളുടെ ബാപ്പയല്ലേ? അത് മറക്കാൻ കയ്യ്യോ?"

ആ വാക്കുകൾ മനസിൽ നീറുന്ന പോറലുകൾ ഉണ്ടാക്കി. കല്യാണം കഴിക്കാൻപോലും പേടിതോന്നി. കഴിഞ്ഞ ആഴ്ചയും അമ്മച്ചിയുടെ കത്തുണ്ടായിരുന്നു. ഒരാലോചന ഒത്തുവരുന്നുണ്ട്. ചെറുക്കൻ ഗൾഫിലാണ്. അടുത്തുതന്നെ ലീവിൽ വരും. അപ്പോഴേക്കും താനും ചെല്ലണമെന്ന് എഴുതിയിട്ടുണ്ട്.

"എന്റെ മോളെ. അമ്മച്ചിയുടെ കണ്ണടയുന്നതിനു മുമ്പ് അതും കൂടി കണ്ടാൽ മതിയായിരുന്നു."

ചേട്ടന്മാർ രണ്ടു പേരും വിവാഹം കഴിച്ചു. അനിയന് ജോലിയായി. അവൻ കൂടെ ജോലി ചെയ്യുന്ന പെൺകുട്ടിയെ സ്നേഹിക്കുന്നു. തന്റെ വിവാഹം നടത്തിയിട്ടേ അവൻ വിവാഹം കഴിക്കാവൂ എന്ന് അമ്മച്ചി നിർബന്ധം പിടിക്കുന്നു. രണ്ടും കൂടെ ഒന്നിച്ചു നടത്തണമെന്നാണ് അമ്മച്ചിയുടെ ആഗ്രഹം. വീടും കുടുംബവുമായി കഴിയുന്ന മൂത്ത ചേട്ടന്മാർക്ക് തന്റെ കാര്യത്തിൽ താൽപ്പര്യമില്ല. ഇവനുംകൂടി സ്വന്തം കാര്യം നോക്കിപ്പോയാൽ വിവാഹം ആലോചിച്ച് നടത്തിത്തരാൻപോലും ആളുണ്ടാവില്ല. എന്ന് അമ്മച്ചി ഭയപ്പെടുന്നു.

എത്രനേരം കിടന്നെന്നറിയില്ല. ആരോ സംസാരിക്കുന്നതു കേട്ട് കണ്ണു തുറന്നു. അടുത്ത മുറിയിലെ സിസ്റ്റർ ശാന്തമ്മയാണ്.

"എന്താ തങ്കമ്മേ സുഖമില്ലേ? മണി എട്ടു കഴിഞ്ഞു. തന്നെ ഊണു കഴിക്കാൻ കണ്ടില്ല. അതാ വന്നു നോക്കിയത്? തലവേദനയാണോ?"

"ആ പോവുന്നു."

മെസ്സ് ഹാളിൽച്ചെന്ന് ഊണു കഴിച്ചെന്ന് വരുത്തി. ബാത്ത്റൂമിൽച്ചെന്ന് കാലും മുഖവുമൊക്കെ കഴുകി കട്ടിലിൽച്ചെന്നു കിടന്നു. ഏറെ നേരം ഉറക്കം വന്നില്ല. അവസാനം എപ്പോഴാണ് ഉറങ്ങിപ്പോയതെന്നും അറിഞ്ഞില്ല. സബീനയുടെ വിളി കേട്ടാണ് ഉണർന്നത്.

"എടോ, പതിനേഴിലെ ഉമ്മയുടെ കാര്യം കഴിഞ്ഞു. രാത്രി മുഴുവൻ മരണവെപ്രാളമായിരുന്നു. ഏതായാലും മരിക്കുന്നതിനുമുമ്പ് ഹാജ്യാരെത്തി. പക്ഷേ, ഉമ്മയ്ക്ക് അപ്പോൾ ബോധമുണ്ടായിരുന്നില്ല. ബോഡി ഇപ്പോത്തന്നെ കൊണ്ടോവും."

മുഴുവൻ കേൾക്കാൻപോലും നിൽക്കാതെ ചാടിയെണീറ്റു. അയയിൽനിന്ന് സാരിയെടുത്ത് വാരിവലിച്ചു ചുറ്റി. കൂജയിലെ വെള്ളമെടുത്ത്

കുലുക്കുഴിഞ്ഞു. മുടിപോലും കെട്ടാതെ ഇറങ്ങി ഓടി. തന്റെ ഭാവമാറ്റം കണ്ടാകണം സബീന അമ്പരന്നു.

"എടോ താനെങ്ങോട്ടാ? നിൽക്ക്, ഞാനും വരാം."

അവളും തന്റെ പിന്നാലെ വരുന്നുണ്ടെന്ന് അറിഞ്ഞു.

ആശുപത്രിയുടെ പോർട്ടിക്കോവിലെത്തുമ്പോഴേക്ക് ഉമ്മയെ കയറ്റിയ ആംബുലൻസ് സ്റ്റാർട്ടു ചെയ്തിരുന്നു. തന്നെ കണ്ടപ്പോൾ പുറകിലുള്ള കാറിൽ കയറാൻ തുടങ്ങുകയായിരുന്ന മരുമകൾ തന്റെ മാറിൽ വീണ് തേങ്ങിക്കരഞ്ഞു. താൻ അവളുടെ പുറം തലോടി, ആശ്വസിപ്പിക്കാനെന്നപോലെ. എന്നിട്ട് ഒന്നും മിണ്ടാതെ അവളുടെ കൈയും പിടിച്ച് കാറിൽ കയറ്റി ഡോറടച്ചു. ആംബുലൻസും പിന്നാലെ കാറും ഗേറ്റ് കടന്നു പോകുന്നതു കണ്ടപ്പോൾ സഹിക്കാനായില്ല. പുറകിൽ നിന്നിരുന്ന സബീനയുടെ മാറിൽ വീണ് തേങ്ങി.

7

അദൃശ്യങ്ങളെ അറിയുന്നവൻ

"**ആ**ധിപത്യത്തിന്റെ ഉടമസ്ഥനായ അല്ലാഹുവേ നീ ഉദ്ദേശിക്കുന്നവർക്ക് നീ ആധിപത്യം നൽകുന്നു. നീ ഉദ്ദേശിക്കുന്നവരിൽനിന്ന് ആധിപത്യം എടുത്തുനീക്കുകയും ചെയ്യുന്നു. നീ ഉദ്ദേശിക്കുന്നവർക്ക് നീ പ്രതാപം നൽകുന്നു. നീ എല്ലാ കാര്യത്തിനും കഴിവുള്ളവനാകുന്നു. രാവിനെ നീ പകലിൽ പ്രവേശിപ്പിക്കുന്നു. പകലിനെ നീ രാവിലും പ്രവേശിപ്പിക്കുന്നു...."

"നമ്മുടെ ദൃഷ്ടാന്തങ്ങളെ നിഷേധിച്ചവർ ബധിരരും ഊമകളും ഇരുട്ടിൽ തപ്പുന്നവരുമത്രെ..."

"നേരാണ്....ഇരുട്ടിൽ തപ്പുകയാണല്ലോ ഞാനിപ്പോൾ."

ഖുർആൻ സൂക്തങ്ങൾ ഇടതടവില്ലാതെ ഉരുവിടുന്ന ഉമ്മയുടെ മുഖത്തേക്കുറ്റുനോക്കി അന്തംവിട്ടിരിക്കാനേ എനിക്കായുള്ളൂ. ഞാനീ വീട്ടിൽ മരുമകളായി വലതുകാൽ കുത്തിയിട്ട് മാസം രണ്ടായിട്ടേ ഉള്ളൂ. കൊട്ടും പാട്ടുമായി ആഘോഷത്തോടെ എന്നെ ഈ വീട്ടിലേക്കാനയിക്കുമ്പോൾ എന്റെ ഭർത്താവിന്റെ ഉമ്മ പൂർണ ആരോഗ്യവതിയായിരുന്നു. നാൽപ്പത്തഞ്ചിലും ഇരുപത്തഞ്ചിന്റെ പ്രസരിപ്പ്. ചിരിക്കുന്ന മുഖം. അരുമയായ വാക്കുകൾ.

"മരുമകളായിട്ടല്ലട്ടോ മോളായിട്ട് വലതുകാൽ വച്ച് കയറിക്കോ."

ഉമ്മറവാതിൽക്കൽ എന്നെ കൈപിടിച്ച് അകത്തേക്കു കയറ്റുമ്പോൾ ഉമ്മ പറഞ്ഞിരുന്നു. ആദ്യദിവസം തന്നെ ഒരു മകളുടെ സ്വാതന്ത്ര്യം എനിക്കാ വീട്ടിൽ വകവച്ചുതരുകയും ചെയ്തു. വലിയ ചിട്ടക്കാരിയാണ് ഉമ്മ. ചിട്ടകളെന്തെങ്കിലും തെറ്റിച്ചാൽ എന്റെ ഭർത്താവിനെയും ഉപ്പയെയും അപ്പഴപ്പോൾ തിരുത്തുന്നതു കണ്ട് ഞാൻ ആദ്യമൊക്കെ വല്ലാതായിരുന്നു.

"തെറ്റ് കണ്ടാ ഉമ്മാക്ക് ഹാലിളകുംന്ന് ഇവൻ പറഞ്ഞിട്ടുണ്ടാകും അല്ലേ? നേരാട്ടോ"

മങ്ങിയ എന്റെ മുഖത്തു നോക്കി ഉമ്മ പറയാറുണ്ട്.

എന്നോട് പക്ഷേ, ഉമ്മ ഒരിക്കലും ഹാലിളകിയിട്ടില്ല. സ്നേഹത്തോടെ തിരുത്താറേയുള്ളൂ.

"മോള് വന്നപ്പോ ഉമ്മാന്റെ കലിയിളക്കം കുറഞ്ഞിട്ടുണ്ട് അല്ലേടാ."

ഉപ്പ ചോദിക്കുമ്പോൾ മകൻ ചിരിച്ചു തലയാട്ടും.

"അക്കുട്ടിക്കേ ബുദ്ധീണ്ട്. നിങ്ങളെ മാതിരി മണ്ടത്തരമൊന്നും അതു കാണിക്കാറില്ല."

ഉമ്മ ഗൗരവം ഭാവിച്ചു പറയും.

എനിക്ക് ഒരുവയസുള്ളപ്പോൾ ഉമ്മയെ ഉപേക്ഷിച്ച് വേറെ കല്യാണം കഴിച്ചു എന്റെ ബാപ്പ. വല്യുപ്പയുമായുള്ള വഴക്കായിരുന്നു കാരണം. അധികം താമസിയാതെതന്നെ അതിലും മുന്തിയ സ്വത്തുകാരനെ ക്കൊണ്ട് വല്യുപ്പ ഉമ്മയെ കല്യാണം കഴിപ്പിച്ചു. ഉമ്മയുടെ ഇരട്ടിപ്രായ മുണ്ടായിരുന്നു അയാൾക്ക്. ആദ്യഭാര്യ മരിച്ചുപോയി. രണ്ടു കുട്ടികളുമു ണ്ട്. ആ വലിയ വീടിന്റെ ഭാരം തലയിലായതോടെ ഉമ്മ എന്നെ മറന്ന തുപോലായി. വല്ലപ്പോഴും വീട്ടിൽ വിരുന്നിനെത്തുന്ന ഉമ്മ എനിക്ക് അന്യ യായി മാറാൻ അധികം നാൾ വേണ്ടിവന്നില്ല. ഉമ്മ വീണ്ടും രണ്ടു പ്രസ വിച്ചു. പ്രസവത്തിനുപോലും വീട്ടിൽ വരാറില്ലായിരുന്നു. വല്യുപ്പയും വല്യുമ്മയുമാണ് എന്നെ വളർത്തിയത്. ഉമ്മയില്ലാത്തതിന്റെ കുറവ് എന്നെ അറിയിക്കാതിരിക്കാൻ അവർ ഏറെ ശ്രമിച്ചിരുന്നു.

"കുട്ടി വല്യുപ്പാനോട് പൊറുക്കണം ട്ടോ."

ദുഃഖം തളംകെട്ടിയ എന്റെ മുഖത്തുനോക്കി വല്യുപ്പ പലവട്ടം പറ ഞ്ഞിട്ടുണ്ട്.

വല്യുപ്പയുടെ തെറ്റിന് പ്രായശ്ചിത്തം എന്നപോലെയാണ് പെൺമ ക്കളില്ലാത്ത വീട് കണ്ടുപിടിച്ച് എന്നെ കെട്ടിച്ചയച്ചത്.

"തള്ളയില്ലാതെ വളർന്ന എന്റെ കുട്ടിക്ക് നിങ്ങളാ ഇനി തുണ."

എന്നെ ഭർത്താവിന്റെ ഉമ്മയുടെയും ഉപ്പയുടെയും കൈയിലേൽപ്പി ച്ചിട്ട് വല്യുപ്പ കണ്ണു തുടച്ചു.

"ഹാജീക്ക ഒന്നോണ്ടും ബേജാറാവണ്ട. നിങ്ങളെ കുട്ടീന്റെ മുഖം കറുക്കാൻ ഞാനായിട്ട് എടവരുത്തൂലാ."

ഉമ്മ ഉറപ്പു നൽകിയതാണ്. എന്നിട്ട് എന്റെ കണ്ണുകൾ ഈറനാക്കി ക്കൊണ്ട് ഉമ്മയിതാ കട്ടിലിൽ...

ഞാൻ കണ്ണു തുടച്ചു.

■

"മോളേ..."

ഉപ്പ തോളിൽ പിടിച്ചപ്പോൾ കരഞ്ഞുകലങ്ങിയ കണ്ണുകൾ ഉപ്പ കാണാതിരിക്കാനെന്നപോലെ ഞാൻ മുഖം കുനിച്ചു...

“മോൻ ഇന്നു വൈകുന്നേരത്തെ ഫ്ളൈറ്റിനെത്തും.”

എന്നെ ആശ്വസിപ്പിക്കാനെന്നോണം ഉപ്പ പറഞ്ഞു.

ബോംബെയിൽ ഒരുയർന്ന ബാങ്കുദ്യോഗസ്ഥനാണ് എന്റെ ഭർത്താവ്. അദ്ദേഹം കഴിഞ്ഞമാസം ലീവിൽ വന്നു തിരിച്ചുപോകുമ്പോൾ യാത്രയാക്കാൻ ഉമ്മയും ഉപ്പയും ഞാനും എയർപോർട്ടിൽ പോയിരുന്നു. അദ്ദേഹം പോകുന്നതിലുള്ള സങ്കടമൊതുക്കി ചിരിക്കാൻ ശ്രമിക്കുന്ന എന്നെ നോക്കി ഉമ്മ പറഞ്ഞു:

“ഇവളെക്കൂടി കൊണ്ടുപോകാനുള്ളതായിരുന്നു.”

“വീട് കിട്ടണ്ടേ?”

“നീയിപ്പം താമസിക്കുന്നത് പിന്നെ കാട്ടിലാ?”

“അവിടെ സൗകര്യം പോരാ.”

അദ്ദേഹം വെറുതേ പറയുകയാണെന്ന് ഉമ്മയ്ക്കറിയാം; എനിക്കുമറിയാം.

“കുറച്ചുകാലം ഇവിടെ എന്റെ ഉമ്മയ്ക്കും ഉപ്പയ്ക്കും കൂട്ടായി നിന്നൂടെ നിനക്ക്? അവർക്ക് ഞാനാണ് എല്ലാം. എന്നാലും അത് ഭാവിക്കുകയേ ഇല്ല. നമ്മുടെ സൗകര്യത്തിന് ഒരിക്കലും തടസമാവുകയുമില്ല. എന്നാലും ഒരു മകൻ എന്ന നിലയിൽ എന്റെ കടമ...”

“ ഇവിടെ എവിടെയെങ്കിലും പണി കിട്ടൂലേ?”

ഉമ്മയേയും ഉപ്പയേയും പിരിയാൻ ഒട്ടും ഇഷ്ടമില്ലാത്ത ഞാൻ ചോദിച്ചു.

“ഇവിടെ ഞങ്ങളുടെ ബാങ്കിന് ബ്രാഞ്ചില്ല.”

“വേറെ ബാങ്കിൽ...”

“ആ... ശ്രമിക്കാം. പക്ഷേ, ബാപ്പ സമ്മതിക്കില്ല. ഒറ്റമകനായതുകൊണ്ട് ഉമ്മയും ഉപ്പയും ഒരിക്കലും എനിക്കൊരു ബാധ്യതയാകരുത്. ഞാൻ എന്റെ അവസരങ്ങൾ അവർക്കുവേണ്ടി നഷ്ടപ്പെടുത്തുകയും ചെയ്യരുത്. ബാപ്പ ചെറുപ്പംമുതൽ പറയാറുണ്ട്. ഒരുപാട് മക്കളെ പ്രസവിക്കാൻ ആഗ്രഹിച്ചിരുന്നു എന്റെ ഉമ്മ...”

“എന്നിട്ടോ?”

“പടച്ചവൻ വിധിച്ചില്ല. എന്നെ പ്രസവിച്ചതോടെ ഉമ്മയുടെ ഗർഭപാത്രത്തിന് പഴുപ്പു ബാധിച്ചു. ഗർഭപാത്രം എടുത്തുകളയേണ്ടിവന്നു. ഉമ്മയെ തിരിച്ചുകിട്ടിയത് പൂർവികർ ചെയ്ത പുണ്യം. അല്ല, അള്ളാഹുവിന്റെ കരുണാകടാക്ഷം. അതുവരെ മതകാര്യങ്ങളിൽ വലിയ ചിട്ടയൊന്നും പാലിക്കാതിരുന്ന ഉപ്പ അതോടെ ഭക്തനായി. രാവിലെ എഴുന്നേറ്റു സുബഹി നമസ്കാരം കഴിഞ്ഞ് *ഖുർആൻ* ഓതാതെ ഉപ്പ പുറത്തിറങ്ങാറില്ല. മഗരിബ് കഴിഞ്ഞാൽ അരമണിക്കൂർ *ഖുർആൻ* ഓതി ഉമ്മയെ അർഥം കേൾപ്പിക്കും. ഉമ്മയുടെ മടിയിൽ അപ്പോൾ ഞാനുമുണ്ടാകും. നാടുവിടുന്നതുവരെ വൈകുന്നേരത്തെ *ഖുർആൻ* വിവരണം കേൾക്കാൻ ഞാനും ഉണ്ടാകുമായിരുന്നു. ഇപ്പോഴും ആ വഴിതന്നെയാണു പിന്തുടരുന്നത്.”

ഈ വീട്ടിലെ രീതികളൊക്കെ അദ്ദേഹം എന്നെ പഠിപ്പിച്ചിരുന്നു. ഇപ്പോൾ മഗരിബിന് ബാപ്പയുടെ *ഖുർആൻ* പാരായണം കേൾക്കാൻ ഞാനും കൂടാറുണ്ട്.

"ഓരോരുത്തനും അവനവൻ പ്രവർത്തിച്ചതിന്റെ ഫലമായി പല പദവികളുണ്ട്. അവർ പ്രവർത്തിക്കുന്നതിനെക്കുറിച്ച് നിന്റെ രക്ഷിതാവ് ഒട്ടും അശ്രദ്ധനല്ല,"

"അതേ...ആര് നന്മ പ്രവർത്തിക്കുകയും സത്കർമ്മങ്ങളനുഷ്ഠിക്കുകയും ചെയ്യുന്നുവോ..."

ഉമ്മയ്ക്കു മറുപടി എന്നപോലെ ഉപ്പയും *ഖുർആൻ* ഉദ്ധരിച്ചു കേൾപ്പിക്കുന്നതു കേട്ട് ഞാൻ ഭയന്നപോലെ വിളിച്ചു.

"ഉപ്പച്ചീ..."

"വേറൊരു വഴിയും ഞാൻ കാണുന്നില്ല മോളെ..."

ഇന്നലത്തെ ധൈര്യം ഇന്ന് ഉപ്പയ്ക്കില്ല.

ഇന്നലെ രാവിലെ ചായ കൂട്ടുന്നതിനിടയിലാണ് ഉമ്മയ്ക്ക് പെട്ടെന്ന് കണ്ണിൽ ഇരുട്ടടച്ചത്. ഞാനപ്പോൾ അടുക്കളയിൽത്തന്നെ ഉണ്ടായിരുന്നു.

"മോളെ..."

ഉമ്മ തോളിൽപ്പിടിച്ച് അന്തംവിട്ട് നിൽക്കുന്നു.

"എന്തേ? സുഖമില്ലേ?"

"എനിക്കൊന്നും കാണാൻ വയ്യ."

"കണ്ണിൽ പൊടി വല്ലതും..."

"ഇല്ല ....രണ്ടു ദിവസമായി കണ്ണിനൊരു മങ്ങൽ. ഇപ്പോൾ ആകെ ഇരുട്ടുമൂടിയതുപോലെ....."

സംശയം തീർക്കാനെന്നപോലെ ഉമ്മ കൈനീട്ടി എന്തോ എടുക്കാനാഞ്ഞു. കത്തിക്കൊണ്ടിരിക്കുന്ന ഗ്യാസടുപ്പിലെ തിളച്ച വെള്ളത്തിൽ കൈ മുക്കാൻ പോകുന്നതു കണ്ട് ഞാൻ പെട്ടെന്നു തടഞ്ഞു.

"ഉമ്മാ..."

എന്റെ ഭയന്ന വിളി കേട്ടാകണം ഉപ്പ അടുക്കളയിലെത്തി.

"എന്താ ഉമ്മയും മോളുംകൂടി രാവിലെ അടുക്കളയിലൊരങ്കം?"

ഉമ്മയ്ക്ക് മിണ്ടാട്ടമില്ല.

"എന്തുപറ്റി? ഉമ്മ പിണങ്ങിയോ? അവക്ക് പിണങ്ങാനും ഇണങ്ങാനും ഏറെ നേരം വേണ്ട."

തമാശമട്ടിൽ പറഞ്ഞതിനുശേഷമാണ് ഉമ്മയുടെ പരവശമായ മുഖം ഉപ്പ ശ്രദ്ധിച്ചത്.

"എന്താണ്ടായത്?"

ഉപ്പ തോളിൽ കൈവച്ചതും ഉമ്മ മുളചീന്തും പോലെ തേങ്ങി.

"ഞാൻ ഇരുട്ടിലായി"

"എന്താന്നുവച്ചാ തെളിച്ചുപറ."

"ഉമ്മാക്കൊന്നും കാണാൻ വയ്യെന്ന്."

ഞാൻ പറഞ്ഞതും ഉപ്പ ഉമ്മയെ എഴുന്നേൽപ്പിച്ച് അടുക്കള വരാന്തയിലേക്കു കൊണ്ടുവന്നു.

പൈപ്പിലെ വെള്ളത്തിൽ മുഖം കഴുകിച്ചിട്ടു പറഞ്ഞു:

"പുറത്തേക്കു നോക്കിക്കേ... അകത്ത് ഇരുട്ടായതുകൊണ്ടു നിനക്ക് തോന്നിയതായിരിക്കും."

"അല്ല....എനിക്കൊന്നും കാണാൻ പറ്റുന്നില്ല."

ഉപ്പയുടെ മുഖത്തും പെട്ടെന്ന് ഇരുട്ടുകയറി.

"ഡോക്ടറെ വിളിക്കട്ടെ. പൊടി വല്ലതും പോയതായിരിക്കും."

സ്വയം സമാധാനിപ്പിച്ചുകൊണ്ട് ഉപ്പ അകത്തേക്കു നടന്നു; വിങ്ങിക്കരയുന്ന ഉമ്മയുടെ കൈപിടിച്ചുകൊണ്ട് ഞാനും.

ഉടനെ ആശുപത്രിയിലെത്തിക്കാൻ പറഞ്ഞു ഡോക്ടർ. കേട്ടതും ഞങ്ങൾ വീടു പൂട്ടി ടാക്സി പിടിച്ച് ആശുപത്രിയിലെത്തി. പലവിധ പരിശോധനകൾ ഇപ്പോഴും നടന്നുകൊണ്ടിരിക്കുകയാണ്. തലയിൽ ട്യൂമറുണ്ട്. നീക്കം ചെയ്യാൻ കഴിഞ്ഞാൽ കാഴ്ച കിട്ടിയേക്കും.

"എത്രയോ രാജ്യങ്ങളെ നാം നശിപ്പിച്ചിട്ടുണ്ട്. രാത്രിയിലോ അവർ ഉച്ചയുറക്കത്തിലായിരിക്കുമ്പോഴോ നമ്മുടെ ശിക്ഷ അവർക്കു വന്നുഭവിച്ചു."

"ഞാനിപ്പോ വരാം."

ഉമ്മയുടെ വാക്കുകൾ സ്വൈര്യം കെടുത്തിയതുകൊണ്ടാകാം ഉപ്പ തിരക്കു ഭാവിച്ചു പുറത്തേക്കു നടന്നു.

"കുടിക്കാനെന്തെങ്കിലും തരട്ടേ?"

ഞാൻ ഉമ്മയുടെ നെറ്റിയിൽ തലോടി.

"ഇനി അവർ നിഷേധിച്ചുകളയുകയാണെങ്കിൽ നീ പറഞ്ഞേക്ക് നിങ്ങളുടെ രക്ഷിതാവ് വിശാലമായ കരുണയുള്ളവനാകുന്നു. എന്നാൽ കുറ്റവാളികൾ അവന്റെ ശിക്ഷയിൽനിന്ന് ഒഴിവാക്കപ്പെടുകയില്ല."

കേട്ടുമറന്ന *ഖുർആൻ* സൂക്തങ്ങൾ ഉമ്മ ഉരുവിട്ടുകൊണ്ടേയിരുന്നു. മകനെ ഉമ്മ തിരിച്ചറിയുമെന്ന് ഞാനും ഉപ്പയും വ്യാമോഹിച്ചു. പക്ഷേ, ഉമ്മ ആരേയും തിരിച്ചറിഞ്ഞില്ല. ഭക്ഷണം കഴിക്കാനും കൂട്ടാക്കിയില്ല. അതോടെ ഞരമ്പിൽ സൂചി കയറ്റി ഗ്ലൂക്കോസ് കൊടുക്കാൻ തുടങ്ങി. തിളങ്ങുന്ന മുഖമായിരുന്നു ഉമ്മയ്ക്ക്. ആ മുഖം ഇപ്പോൾ ആകെ കരുവാളിച്ചിരിക്കുന്നു. കാഴ്ച നഷ്ടപ്പെട്ട അന്നു പകൽ മുഴുവൻ ഉമ്മയ്ക്ക് നല്ല ഓർമയുണ്ടായിരുന്നു.

"മോനേ വെറതേ ബേജാറാക്കണ്ട."

ബാപ്പയോടും എന്നോടും പലതവണ പറഞ്ഞിരുന്നു. ഇന്നല്ലെങ്കിൽ എന്നെങ്കിലും കാഴ്ച തിരിച്ചു കിട്ടുമെന്ന വിശ്വാസവും ഉമ്മയ്ക്കുണ്ടായിരുന്നു. "റഹ്മാനും റഹീമുമായ നാഥാ, താഴ്മയോടും രഹസ്യമായിക്കൊണ്ടും നിങ്ങൾ രക്ഷിതാവിനോട് പ്രാർഥിക്കുക എന്നല്ലേ നീ പറഞ്ഞിട്ടുള്ളത്. ഞാനിതാ നിന്നോട് താണുവീണു കേഴുന്നു. ഭൂമിക്കൊരു ഭാരമായി എന്നെ നീ ഈ ദുനിയാവിൽ ഇട്ടേക്കരുതേ. പണ്ടു ഗുഹയിൽ അകപ്പെട്ട മൂന്നുപേർ പെട്ടെന്നടഞ്ഞുപോയ ഗുഹാമുഖം കണ്ട് ആദ്യമൊന്നമ്പരന്നു. പിന്നീടവർ തങ്ങൾ ചെയ്ത സത്കർമങ്ങൾ എടുത്തു

പറഞ്ഞ് ആപത്തിൽനിന്നു രക്ഷിക്കണേ എന്നു തേടി. അവരുടെ തേട്ടം നീ കേട്ടു. അവർക്കു നീ ഗുഹാമുഖം തുറന്നുകൊടുത്തു. അതുപോലെ ചൂണ്ടിക്കാണിച്ചു തേടാൻതക്ക ഒരു സത്കർമവും ഞാൻ ചെയ്തിട്ടില്ലല്ലോ. എങ്കിലും എന്റെ ഇരുട്ടിൽ നീ വെളിച്ചം പകരണേ."

അന്നു രാത്രി ഉമ്മ ഉറങ്ങാതെ നിസ്കരിച്ചും പ്രാർഥിച്ചും വെളിച്ചമാക്കി. പുലർന്നതോടെ അവർ ആകെ തളർന്നിരുന്നു. അതോടെ ആരുടെയും ശബ്ദംപോലും തിരിച്ചറിയാതായി . സമനില തെറ്റിയതുപോലെ *ഖുർആൻ* സൂക്തങ്ങൾ ഉരുവിട്ടുകൊണ്ടിരുന്നു.

ഉമ്മയുടെ ഓരോ വാക്കും ചുട്ടുപഴുത്ത കമ്പികളായി ഉപ്പയുടെ മാറിലാണ് തറയ്ക്കുന്നതെന്ന് ഉപ്പയുടെ മുഖം കണ്ടപ്പോൾ ഞങ്ങൾക്കു ബോധ്യമായി. എല്ലാ സമസ്യകളും *ഖുർആൻ* ഉദ്ധരിച്ച് കണ്ടെത്താറുള്ള ഉപ്പയ്ക്ക് ഇപ്പോൾ മൗനം മാത്രമാണ് എല്ലാറ്റിനുമുള്ള ഉത്തരം. ഉമ്മയെ കണ്ടതും ആദ്യം ആകെ അമ്പരന്ന മകൻ പെട്ടെന്നു സമനില വീണ്ടെടുത്തു.

"ഉപ്പ സമാധാനപ്പെട്. ഒരുശതമാനം ഹോപ്പുണ്ടെങ്കിൽ ലോകത്തിന്റെ ഏതു കോണിൽ കൊണ്ടുപോയും നമുക്ക് ഉമ്മയെ ചികിത്സിപ്പിക്കാം. അള്ളാഹു അനുവദിക്കുകയാണെങ്കിൽ എന്റെ ഉമ്മ ഇനിയും ലോകം കാണും."

മകന്റെ ആത്മവിശ്വാസം ഉപ്പയെ സമാധാനിപ്പിച്ചിട്ടുണ്ടെന്നു തോന്നുന്നു. ഉപ്പയുടെ കണ്ണുകളിൽ ഇപ്പോൾ വെളിച്ചമുണ്ട്.

ഇംഗ്ലണ്ടിലും അമേരിക്കയിലും മറ്റുമുള്ള സുഹൃത്തുക്കളെയും ഡോക്ടർമാരെയും ഫോണിൽ ബന്ധപ്പെട്ടുകൊണ്ടിരിക്കുകയാണ് മകൻ. ആരെങ്കിലും ആശ തരാതിരിക്കില്ല.

"വല്ലവനും ഒരു നന്മ കൊണ്ടുവന്നാൽ അവന് അതിന്റെ പതിന്മടങ്ങു പ്രതിഫലം ലഭിക്കുന്നതാണ്."

അദ്ദേഹം വന്നതോടെ എനിക്കും ആശിക്കാനായി.

"നമ്മുടെ ദൃഷ്ടാന്തങ്ങൾ അവർ നിഷേധിക്കുകയും അവയെപ്പറ്റി അവർ അശ്രദ്ധരാവുകയും ചെയ്തതിന്റെ ഫലമാണിത്."

"ഇല്ലല്ലോ, നമ്മൾ ഒരിക്കലും തെറ്റായ വഴിയിൽ നടക്കാൻ ശ്രമിച്ചിട്ടില്ലല്ലോ."

"അവർ പ്രവർത്തിച്ചതിന്റെ ഫലമല്ലാതെ അവർക്കു നൽകപ്പെടുമോ?"

"വേദഗ്രന്ഥത്തെ മുറുകെപ്പിടിക്കുകയും നമസ്കാരം മുറപ്രകാരം അനുഷ്ഠിക്കുകയും നോമ്പു നോൽക്കുകയും സക്കാത്തുകൊടുക്കുകയും ചെയ്തവരാരോ ആ സത്കർമകാരികൾക്കുള്ള പ്രതിഫലം നാം നഷ്ടപ്പെടുത്തിക്കളയുകയില്ല."

"അവന്റേതാകുന്നു രാത്രിയിലും പകലിലും അടങ്ങിയതെല്ലാം. അവൻ എല്ലാം കേൾക്കുന്നവനും അറിയുന്നവനുമാകുന്നു."

ഉമ്മയുടെ ജല്പനങ്ങൾക്കിടയിൽ രാവിരുണ്ടതും പകൽ വെളുത്തതും ഞങ്ങൾ അറിഞ്ഞില്ല.

“ഐഹികജീവിതമെന്നത് കളിയും വിനോദവുമല്ലാതെ മറ്റൊന്നുമല്ല. പാരത്രികലോകമാണ് സൂക്ഷ്മതപാലിക്കുന്നവർക്ക് ഉത്തമമായിട്ടുള്ളത്.”ഉമ്മ പറയുന്നതു കേട്ട് ഉപ്പ ഓടിച്ചെന്ന് ഉമ്മയുടെ വായപൊത്തി.“മതി... ഞങ്ങൾക്കിനി കേൾക്കാൻ ത്രാണിയില്ല.”

ഉപ്പയുടെ കരസ്പർശം ഏറ്റിട്ടെന്നതുപോലെ ഉമ്മ പതുക്കെ കണ്ണു തുറന്നു! രണ്ടു ദിവസമായി ഉമ്മ കണ്ണു തുറക്കാറേ ഇല്ലായിരുന്നു.

“മോൻ വന്നിട്ടുണ്ട്.”

ഉപ്പ പറഞ്ഞപ്പോൾ മനസിലായതുപോലെ ഉമ്മ ചുറ്റും കണ്ണോടിച്ചു.

“ഉപ്പച്ചീ...നമുക്കു ഭാഗ്യമുണ്ട് . ഉടനെ ബോംബെയിലേക്കു കൊണ്ടു ചെല്ലാൻ പറഞ്ഞു ഡോക്ടർ.”

“അതെ ഒരണുവിടത്തൂക്കമെങ്കിലും നന്മ ആരെങ്കിലും ചെയ്തിട്ടുണ്ടെങ്കിൽ അവനുള്ള പ്രതിഫലം അള്ളാഹുവിന്റെ പക്കലുണ്ട്. അവൻ അദൃശ്യജ്ഞാനിയും എല്ലാം അറിയുന്നവനും കരുണാമയനുമാണ്....”

8

അവനെ നരകാഗ്നിയിൽ എരിക്കുവിൻ

മേലാകെ ചുട്ടുപൊള്ളുന്നല്ലോ. ചുറ്റും നരകത്തീ ആളിപ്പടരുന്നു. തീയാലുള്ള കിരീടം തലയിൽ. തൊണ്ടയിൽ ഉരുക്കി ഒഴിച്ച ഈയം. കാലിനടിയിൽ ചുട്ടുപഴുത്ത ചെമ്പുതകിട്. നോക്കെത്തും ദൂരത്തെല്ലാം ആളിപ്പടരുന്ന ജ്വാല. തീയാലെ പടച്ചത് ജിന്നുകളെയല്ലേ? ഇൻസുകളെ മണ്ണാലെയല്ലോ സൃഷ്ടിച്ചത്. ഇൻസുകളെന്നാൽ ആണും പെണ്ണുമടങ്ങുന്ന മനുഷ്യസമൂഹം. എന്തിനും മടിയില്ലാത്ത കൂട്ടർ. വിശേഷബുദ്ധിയുണ്ടായിട്ടും വിവരക്കേടുകൾ മാത്രം ചെയ്യുന്ന മനുഷ്യരേ, പറയൂ പെണ്ണായ ഞാനെങ്ങനെ തീജ്വാലയായി?

അതുതന്നെ എല്ലാവർക്കും അറിയേണ്ടത്?

നീയെന്തിനിതുചെയ്തു?

ആരാ ആ ചോദിച്ചത്?

ഞാനൊന്നും ചെയ്തില്ല. അതെ...അറിഞ്ഞുകൊണ്ടു ഞാനൊന്നും ചെയ്തില്ല.

അടിമുതൽ മുടിവരെ ആളിക്കത്തുമ്പോഴും നീ നൊണ പറയുന്നോ?

കളവു പറഞ്ഞാലുള്ള ശിക്ഷയെക്കുറിച്ച് നിനക്കറിയില്ലേ?

അറിയാം. തലയിൽ തീയാലുള്ള കിരീടം....

"പൊലീസുകാർ ഇപ്പോഴെത്തും. നടന്നതെന്താണെന്ന് ഒന്നോർമിച്ചു നോക്കൂ."

തെറ്റുകൾ ഏറ്റുപറഞ്ഞ് മാപ്പിനു യാചിക്കുന്നവനുള്ളതാണ് സ്വർഗം.

എന്റെ ദേഹം നീറിപ്പുകയുന്നല്ലോ. ഞാൻ കളവുപറയാറില്ല. സത്യം മാത്രമേ പറയൂ.

"ഓർമ തെളിഞ്ഞെന്നാ തോന്നുന്നത്. എന്തോ പറയുന്നുണ്ടല്ലോ."

ആരാദ്?എവിടെയാ ഞാൻ... ഉരുകിത്തീരുമല്ലോ....

എന്റെ ഞരമ്പുകളിൽ ആരാ സൂചി കയറ്റുന്നത്....

എന്നിട്ടും വേദന കുറയുന്നില്ലല്ലോ....

കണ്ണുകളടയുന്നു. ചുറ്റും നിൽക്കുന്നവരെ നിഴൽപോലെ എനിക്കു കാണാം. ആരേയും തിരിച്ചറിയുന്നില്ലല്ലോ. ആരെങ്കിലും എന്നെ തിരിച്ചറിഞ്ഞെങ്കിൽ! എന്റെ ഉമ്മ... എവിടെ എന്റെ ഉമ്മ? ഉമ്മ എനിക്ക് എന്നും ഓർമ മാത്രമായിരുന്നല്ലോ? ഉള്ളിലിട്ട് താലോലിക്കാനുള്ള മധുരസ്വപ്നം. ജനിച്ചപ്പോഴേ നീ ഉമ്മയെ മണ്ണിന്നടിയിലാക്കിയില്ലേ? എന്റെ ബാപ്പ ഒരിക്കൽപ്പോലും അങ്ങനെ പറഞ്ഞില്ല. ബാപ്പയായിരുന്നു എല്ലാം. എന്റെ ഈ അവസ്ഥ ബാപ്പ കാണുന്നില്ലെന്നോ? നിനക്ക് ഉമ്മയും ബാപ്പയുമില്ല. പക്ഷേ തടിമിടുക്കുള്ള നാലാങ്ങളമാരില്ലേ? ഉണ്ടായിരുന്നു. അവരും ബാപ്പയുംകൂടിയാണല്ലോ എന്റെ കല്യാണം നടത്തിയത്. ഒപ്പനപ്പാട്ടിന്റെ ഈണവും അത്തറിന്റെ പരിമളവും ആളും അനക്കവും ഇപ്പോഴും ഓർമയിലുണ്ട്. മികവൊത്ത പുതുമാരനെയാണ് ബാപ്പയും ആങ്ങളമാരും കണ്ടുപിടിച്ചത്. എടുത്താലും കൊടുത്താലും തീരാത്ത മാലും മുതലുമുള്ളവൻ... തണ്ടും തടിയും മൊഞ്ചും തികഞ്ഞവൻ....കേളികേട്ടവൻ. ഒന്നിനും ഒരു കുറവുണ്ടായിരുന്നില്ല. രാജാത്തിയായി വാഴിച്ചു. വീട്ടിലും മനസിലും.

അതേ...ഒന്നിനും കുറവുണ്ടായിരുന്നില്ല. എന്നിട്ടും നീയെന്തിനീ കടുംകൈ ചെയ്തു?

അയാൾ രണ്ടാം വിവാഹക്കാര്യം പറഞ്ഞപ്പോൾ ഞാനുയിരോടെയിരിക്കുമ്പോൾ അതു നടക്കില്ലെന്നു പറഞ്ഞതു നേരാണ്... അയാളെ പേടിപ്പിക്കാൻവേണ്ടി തീപ്പെട്ടി കൈയിലെടുത്തതും സത്യാണ്. പെട്ടെന്നാണ് തീ ആളിപ്പടർന്നത്. ഞാൻ അടുക്കളയിൽ ഗ്യാസിനരികിൽ നിൽക്കുകയായിരുന്നു. അയാൾക്ക് ചായ ഉണ്ടാക്കാനുള്ള ശ്രമത്തിലായിരുന്നു. അടുക്കളയുടെ നാലയലത്തുപോലും വരാത്ത അയാൾ അന്ന് അടുക്കളയിലെത്തി. അടുക്കളക്കാരി മറിയത്തിനെ ഡ്രൈവറെ വിളിക്കാൻ പറഞ്ഞയച്ചിട്ടാണ് അയാൾ വീണ്ടും വിഷയമെടുത്തിട്ടത്.

തലതിരിഞ്ഞ കൂട്ടരാണല്ലോ മനുഷ്യർ. പടച്ചവൻ തന്നതിനൊന്നും ഒട്ടുമേ നന്ദി കാണിക്കില്ല. തരാത്തതിനെക്കുറിച്ച് എന്നുമെന്നും അവനോട് ആക്ഷേപം പറയുകയും ചെയ്യും. റബ്ബേ...എന്റെ തലയിൽ അപ്പോൾ തീയായിരുന്നില്ലേ... അല്ല, കനലേ ഉണ്ടായിരുന്നുള്ളൂ. അത് തീയായി ദേഹമാസകലം ആളിപ്പടരുകയായിരുന്നു. അവൻ തന്ന ജീവൻ തിരിച്ചെടുക്കാനുള്ള അധികാരം അവനുമാത്രമേ ഉള്ളൂ എന്ന് ചെറുപ്പംമുതലേ കേട്ടു പഠിച്ചവളല്ലേ നീ. അഞ്ചുനേരവും നമസ്കരിക്കുകയും നോമ്പുനോൽക്കുകയും ചെയ്തതുകൊണ്ടുമാത്രം ഇസ്‌ലാമാവില്ല. *ഖുർആന്റെ* പൊരുളറിഞ്ഞുവേണം ജീവിക്കാൻ. ബാപ്പ പഠിപ്പിച്ചിരുന്നു. എന്നിട്ടും എങ്ങനെ നിനക്കു ചുവടു പിഴച്ചു?

ഇല്ല. എന്റെ ചുവടു പിഴച്ചതായി ഞാൻ ഓർക്കുന്നില്ലല്ലോ.
അറിയാതെ വഴിതെറ്റിയെങ്കിൽ....പിഴച്ചെങ്കിൽ....മാപ്പ്...മാപ്പ്...
ഞാൻ ഖോജാത്തിയായി വാണിടത്ത് മറ്റൊരുത്തി വാഴുകയോ?
എനിക്കതു സഹിക്കാനുള്ള ത്രാണിയില്ല.

"ഇക്കണ്ട മുതലിന് ഒരവകാശി വേണ്ടാന്നാ നീ പറയുന്നത്?"

അയാളുടെ വാക്കുകൾ ഇപ്പോഴും ചെവിയിലുണ്ട്.

“ഞാൻ കെളത്തിയൊന്നും ആയില്ലല്ലോ.”

“ഡോക്ടർ പറഞ്ഞത് നീ മറന്നോ?”

“എന്നോടൊന്നും പറഞ്ഞില്ല.”

“എന്നാ എന്നോടു പറഞ്ഞു”

“ഇപ്പത്തുടങ്ങിയ ചികിത്സ കഴിയട്ടെന്നേ എന്നോടു പറഞ്ഞുള്ളൂ.”

“എന്നോടങ്ങനെയല്ല പറഞ്ഞത്. ഞാനൊന്നിനിറങ്ങിയാൽ മടക്കം പതിവില്ല.”

ചായപ്പൊടി ടിന്നെടുക്കാൻ കൈ നീട്ടുന്നതിനിടയിലാണ് എന്റെ കാലു വഴുതിയത്. അലറിവിളിക്കുന്ന മറിയത്തെ ഞാൻ കണ്ടു. ആരെയൊക്കെയോ കണ്ടു. പക്ഷേ, അയാളെ മാത്രം കണ്ടില്ല.

മക്കളില്ലാത്ത നീ എന്തിനാ വാശിപിടിക്കാൻ പോയത്? നീ പോലും അറിയാതെ നിന്നെ ഒഴിവാക്കാൻ അയാൾക്കൊരു വിഷമവുമില്ലായിരുന്നു. എന്നിട്ടും അയാളതു ചെയ്തില്ല.

ഇതിലും ഭേദം അതായിരുന്നു.

മതവിരുദ്ധമൊന്നുമല്ലല്ലോ. സാമ്പത്തികശേഷിയും ശാരീരികശേഷിയുമുണ്ടെങ്കിൽ ഒന്നിലധികം ഭാര്യമാരെ പുലർത്താൻ മതം അനുവദിച്ചിട്ടുണ്ടല്ലോ.

സ്ത്രീകളെ വേദനിപ്പിക്കാൻ ഒരു മതവും പറയുന്നില്ല. പുരുഷന്മാർ മതരീതികളെ മാറ്റിമറിച്ച് അവർക്കനുകൂലമാക്കിയതാണ്. പെണ്ണിന് എവിടേയുമില്ല നീതി. കുറച്ചു കാലംകൂടി ക്ഷമിക്കാനല്ലേ ഞാൻ പറഞ്ഞുള്ളൂ. വിവാഹം കഴിഞ്ഞിട്ട് കൊല്ലം രണ്ടായതേയുള്ളൂ. ആയിടയ്ക്കു മാത്രമാണ് ചികിത്സ തുടങ്ങിയത്. ചികിത്സ കഴിയുന്നതുവരെ കാത്തിരിക്കാനുള്ള സന്മനസുപോലും കാണിച്ചില്ല. അയാൾക്കായിരുന്നു കുഴപ്പമെങ്കിൽ സ്നേഹത്തിന്റെ പേരിൽ ഞാൻ ആജീവനാന്തം കാത്തിരിക്കുമായിരുന്നു. ഞാനിരിക്കേ മറ്റൊരു പെണ്ണ് എന്റെ വീട്ടിനകത്തു കയററുതെന്നു പറയാനുള്ള അധികാരംപോലും എനിക്കില്ലേ?

കണ്ണീരുകൊണ്ട് ഒന്നും നേടാനാവില്ലെന്ന് ഇനിയെങ്കിലും മനസിലാക്ക്. തന്റേടത്തോടെ നിന്നിരുന്നെങ്കിൽ ഈ ഗതി വരുമായിരുന്നോ?

തന്റേടം കാണിച്ചതിന്റെ ദുരന്തഫലമാണ് ഞാനിപ്പോൾ അനുഭവിക്കുന്നത്. അയാൾ പറഞ്ഞതും സമ്മതിച്ച് അടങ്ങിക്കഴിഞ്ഞിരുന്നെങ്കിൽ എനിക്കവിടെ എന്നും സ്ഥാനമുണ്ടാകുമായിരുന്നു. പക്ഷേ, അങ്ങനെ ഒരൊത്തുതീർപ്പിന് മനസും ശരീരവും തയാറായില്ല.

അതുകൊണ്ടെന്തു നേടി?

നിന്റെ മുഖം കണ്ടാൽ നീപോലും പേടിച്ചുപോകും. ശരീരവും ആകമാനം വികൃതമായി. ഇനി ഏതെങ്കിലും ഒരു പുരുഷൻ നിന്നെ കൈയേൽക്കുമോ? ശരീരം കാണിക്കവച്ചാലേ പുരുഷന്റെ മനസ്സ് കൈപ്പിടിയിലൊതുക്കാൻ സ്ത്രീക്കാവൂ. നിങ്ങളുടെ മനസ്സ് അവൻ കാണുന്നില്ല.

തുടുത്ത ശരീരമാണ് അവനു വേണ്ടത്. രണ്ടുകൊല്ലത്തെ ദാമ്പത്യത്തിനുശേഷവും ഇതൊന്നും നീ മനസിലാക്കിയില്ലെന്നോ?

എട്ടുംപൊട്ടും തിരിയും മുമ്പേ അയാൾ എന്റെ ജീവിതത്തിൽ കടന്നുവന്നു.

ബാപ്പ മരിച്ചതോടെ അയാളായിരുന്നു എനിക്കെല്ലാം.

ഇനിയും അയാൾ നിന്നെ സ്വീകരിക്കുമെന്നാണോ നീ വിശ്വസിക്കുന്നത്?

പടച്ചവനേ, ഇനി എന്നെ നീ സ്വീകരിച്ചാൽമതി.

എനിക്ക് മറ്റാരും വേണ്ട.

എന്റെ ഇക്കാക്കമാർക്ക് എന്നോടു കൂറില്ല. ഉണ്ടെങ്കിൽ അയാളുടെ രണ്ടാംവിവാഹത്തിന് അവർ സമ്മതിക്കുമോ? താമസിക്കുന്ന വീടും പറമ്പും ഇരുപതേക്കർ റബ്ബർത്തോട്ടവും എന്റെ പേരിൽ എഴുതിവെക്കാൻ അയാൾ തയാറായതോടെ ഇക്കാക്കമാർ അയാളുടെ പക്ഷത്തായി. പെങ്ങളെ മറന്നു.

ഇടഞ്ഞു നിന്നാൽ അതും കിട്ടില്ല.

ഇതിപ്പോ നിനക്ക് ആരേയും ആശ്രയിക്കാതെ കഴിയാല്ലോ.

അവർക്കു നാലുപേർക്കും അക്കാര്യത്തിൽ അഭിപ്രായവ്യത്യാസമില്ലായിരുന്നു. മക്കളില്ലാത്ത ഞാൻ മരിച്ചാൽ അതിലൊരോഹരി അവർക്കും കിട്ടുമല്ലോ. എനിക്ക് അയാളുടെ സ്വത്തും പണവും വേണ്ട, എന്നെ വേണ്ടാത്ത ആളുടെ സ്വത്ത് എനിക്കെന്തിനാ? മണ്ണിനടിയിലെത്താൻ ഏവർക്കും വേണ്ടത് വെറും മൂന്നു കഷ്ണം തുണി. രാജാവിനും ഫക്കീറിനും അതിൽ വ്യത്യാസമില്ല. അതില്ലാതെ ഒരു മയ്യത്തും ഇന്നുവരെ ചീഞ്ഞുനാറിയതായി കേട്ടിട്ടില്ല. നാട്ടുകാർ പിരിവെടുത്തെങ്കിലും അതു നടത്തും. ജീവിച്ചിരിക്കുമ്പോൾ കാണിക്കാത്ത ദയയും അലിവും എല്ലാമതവും മയ്യത്തിനോടു കാണിക്കാറുണ്ട്.

അതിനു നീ മരിച്ചില്ലല്ലോ.

അത്രയെങ്കിലും കരുണ എന്നോടു കാണിക്കൂ. അറിഞ്ഞോ അറിയാതെയോ ഞാൻ ചെയ്തുപോയ തെറ്റുകൾ പൊറുത്ത് എനിക്ക് മാപ്പു തരൂ.

നീ റഹ്മാനും റഹീമുമാണല്ലോ.

പൊറുക്കുന്നവനും ക്ഷമിക്കുന്നവനുമായ റബ്ബേ.

എനിക്കും പൊറുത്തു താ.

എന്തു കൊടുംപാപം ചെയ്താലും നിങ്ങൾ ഉള്ളുരുകി മാപ്പിനപേക്ഷിക്കുവിൻ. പൊറുക്കലിനെ തേടുന്നവനെ ഞാൻ ഇഷ്ടപ്പെടുന്നു. അവന് താഴ്ഭാഗത്തു കൂടി അരുവികളൊഴുകുന്ന സ്വർഗത്തിൽ ഇടമുണ്ട്.

പാപിയായ ഞാനിതാ നിന്നോട് പൊറുക്കലിനെ തേടുന്നു.

ഞാൻ തെറ്റു ചെയ്തില്ലെന്നറിഞ്ഞുകൊണ്ടുതന്നെ ഞാൻ മാപ്പിനപേക്ഷിക്കുന്നു.

ചായ ഉണ്ടാക്കുന്നതിനിടയിൽ കാലുവഴുതി ഞാനൊരു തീഗോളമായി.

ആർക്കും എന്നെ രക്ഷിക്കാനായില്ല.

ആരോടു വേണമെങ്കിലും ഞാൻ പറയാം.

പക്ഷേ, നിന്നോട് ഞാൻ ഏറ്റുപറയുന്നു.

നീ വിലക്കിയതൊന്നും ഞാൻ അറിഞ്ഞുകൊണ്ട് ചെയ്തിട്ടില്ല.

അറിയാതെ ചെയ്തുപോയെങ്കിൽ പൊറുക്കൂ.

ഞാനിപ്പോൾ സഹിക്കുന്ന വേദന നിനക്കറിയാമല്ലോ. മനം നീറുന്നതറിയുന്നവൻ നീ മാത്രമാണ്. എന്റെ ശരീരം വെന്തെരിയുന്ന മണം ഞാൻ അറിയുന്നു. വ്രണം പഴുക്കുമ്പോൾ അസഹ്യമായ ഗന്ധം കാരണം ചുറ്റുമുള്ളവർ മൂക്കുപൊത്തും. എല്ലാം ഞാൻ സഹിക്കാം. എല്ലാ ശിക്ഷയും ഞാൻ ഇവിടെ വെച്ചുതന്നെ ഏറ്റുവാങ്ങാം. ഇരുട്ടിനെ എനിക്കു പേടിയില്ല. എന്റെ ഖബറിൽ നീ പ്രകാശം ചൊരിഞ്ഞുതന്നാൽ മതി. ഈമാന്റെ പ്രകാശംകൊണ്ട് എന്റെ പരലോകം തിളങ്ങണം. ലാഹിലാഹാ ഇല്ലല്ലാഹ് എന്ന കലിമ ചൊല്ലി യാത്രയാകാൻ എന്നെ അനുവദിക്കൂ.

എന്റെ റൂഹിനെ കൊണ്ടുപോകാൻ വരുന്ന മലക്ക് സൗമ്യനും ശാന്തനുമായിരിക്കണം.

നീ എന്റെ പാപം പൊറുത്തുതന്നിരിക്കുന്നു എന്ന ആശ്വാസത്തോടെ എനിക്കു വിടപറയണം.

എനിക്ക് ആരോടുമില്ല പരാതി.

എല്ലാം എന്റെ തെറ്റാ.

എന്നോടു പൊറുക്കൂ.

“കണ്ടോ ഓള് പറഞ്ഞതു കേട്ടല്ലോ....പരാതിയില്ലെന്ന്.”

“നേരാണോ....തന്നത്താൻ....”

“എല്ലാം മേലായ റബ്ബിന്റെ കളി...”

“ഉമ്മാ, നേരത്തെ പറഞ്ഞത് ഒന്നുകൂടി പറഞ്ഞേ...മൊഴി എഴുതാനാണ്.”

“ആരാ എന്നെ വിളിച്ചത്? ഉമ്മാ എന്നു വിളിക്കാൻ എനിക്കൊരു മോനോ മോളോ ഇല്ലല്ലോ. അവിടെയാണല്ലോ ദുരന്തത്തിന്റെ തുടക്കം.”

“എന്തു ദുരന്തം?”

അതേ...എന്തു ദുരന്തം?

അതാ, കുതിരക്കുളമ്പടി എനിക്കു കേൾക്കാം. പലതരം പൂക്കൾ വിരിഞ്ഞുനിൽക്കുന്ന പൂന്തോട്ടം, പഴുത്തു തുടുത്ത കായ്കനികൾ, തുടുതുടുത്ത മുന്തിരിക്കുലകൾ. പൂന്തോട്ടത്തിന്റെ താഴ്ഭാഗത്തുകൂടി ഒഴുകുന്ന കൊച്ചരുവി. കൈയിൽ പാനപാത്രവുമായി ചുറ്റിനടക്കുന്ന മണിമുത്തുപോലുള്ള പൈതങ്ങൾ. അവരുടെ സൗന്ദര്യം വിവരിക്കാൻ വാക്കുകളില്ല. അവരെന്നെ മാടിവിളിക്കുന്നു. ഉമ്മാ വരൂ...എനിക്കിനി എന്തു വേണ്ടൂ?

വെള്ളക്കുപ്പായമണിഞ്ഞ മലക്ക്...

അപ്പോൾ എന്റെ തേട്ടം നീ കേട്ടു...

ഇനി ആരോടുമില്ല പരിഭവം.

ലാഹിലാഹാ ഇല്ലല്ലാഹ്...

9

ആത്മഹത്യയുടെ പൊരുൾ തേടരുത്

ഭാര്യക്കും മക്കൾക്കും വിഷം കൊടുത്തു കൊന്ന് ഭർത്താവ് ആത്മഹത്യ ചെയ്തു. മക്കളെ കിണറ്റിലെറിഞ്ഞ് അമ്മ തൂങ്ങിമരിച്ചു. ഭർത്താവിനെയും മക്കളെയും കൊന്ന് ഭാര്യ കിണറ്റിൽ ചാടി. പത്രങ്ങളിൽ നിത്യേന കാണുന്ന ഇത്തരം വാർത്തകൾ തന്നെ കുറച്ചൊന്നുമല്ല അസ്വസ്ഥയാക്കുന്നത്. എന്തിനിത്തരം കടുംകൈകൾ ചെയ്യുന്നു? ഭാര്യയും ഭർത്താവും തമ്മിലുള്ള പോരിനിടയിൽ പാവം മക്കളെ എന്തിനു കുരുതി കൊടുക്കുന്നു.

ഉത്തരം കിട്ടാത്ത ചോദ്യങ്ങൾ മാനസികനില തെറ്റിക്കുന്നുണ്ടോ എന്നുപോലും ചിലപ്പോൾ തോന്നാറുണ്ട്.

ഭാര്യയും ഭർത്താവും മക്കളും ഒത്തുകൂടിയിരുന്ന് ആലോചിച്ചു തീരുമാനിച്ചിട്ടാവുമോ അവർ മരിക്കുക? അതോ ഒരാവേശത്തിൽ ഭർത്താവോ ഭാര്യയോ പെട്ടെന്നങ്ങു മരിക്കാൻ തീരുമാനിക്കുകയാണോ? പിഞ്ചുമക്കളെ അറിഞ്ഞുകൊണ്ട് കൊല്ലുമ്പോൾ മാതാപിതാക്കൾ എന്തുമാത്രം വേദനിച്ചിട്ടുണ്ടാകും? അതോ, ആശ്വസിച്ചിട്ടുണ്ടാകുമോ? തങ്ങളുടെ മരണശേഷം ആരോരും സഹായത്തിനില്ലാതെ തെരുവിലലയുന്ന മക്കളെക്കുറിച്ചുള്ള ആധിയാവാം അവരെ ഇത്തരം കടുംകൈകൾക്ക് പ്രേരിപ്പിക്കുന്നത്. ആലോചിച്ചു, തീരുമാനിച്ച്, ഒന്നിച്ചു മരിച്ച ഒരു കുടുംബത്തേയും തനിക്കറിയില്ല. അല്ലെങ്കിലും പുറംലോകവുമായി യാതൊരു ബന്ധവുമില്ലാത്ത തന്നെപ്പോലുള്ള ഒരു പാവം വീട്ടമ്മ ഇതിനെക്കുറിച്ചൊക്കെ ആലോചിച്ച് തല പുണ്ണാക്കേണ്ട ആവശ്യമെന്താണ്? ഭർത്താവിനും മക്കൾക്കും വെച്ചുവിളമ്പി അവരുടെ ഹിതത്തിനൊത്തു സന്തോഷമായിട്ടങ്ങു കഴിഞ്ഞാൽ പോരേ?

പോരെന്നുള്ള തോന്നലാണ് ഈയിടെയായി സ്വൈരംകെടുത്തുന്നത്. 'പാവം വീട്ടമ്മ' എന്ന പ്രയോഗംതന്നെ തെറ്റാണെന്നാണു ഭർത്താവു പറയുന്നത്.

ഇന്നത്തെ വീട്ടമ്മമാർ പാവങ്ങളേയല്ല. അവരുടെ അകംനിറയെ കുശുമ്പും കുന്നായ്മയുമാണ്. ഭർത്താവിനോടും മക്കളോടും അയൽക്കാരികളോടും ഉദ്യോഗസ്ഥകളായ മറ്റു വീട്ടമ്മമാരോടും പാവം വീട്ടമ്മമാർ എന്നറിയപ്പെടുന്നവർക്കു തീരാത്ത പകയാണത്രേ. ആണോ? തനിക്കാരോടെങ്കിലും കുശുമ്പ് തോന്നിയിട്ടുണ്ടോ?

അയലത്തെ കോളേജധ്യാപിക എന്നും രാവിലെ അണിഞ്ഞൊരുങ്ങി പോകുന്നത് കാണുമ്പോഴും അവർ എല്ലാ ഒന്നാംതീയതികളിലും പുത്തൻ സാരികൾ വാങ്ങുമ്പോഴും ബ്യൂട്ടിപാർലറുകളിൽചെന്ന് മാസം തോറും മുഖം മിനുക്കി ചെറുപ്പം വയ്ക്കുന്നത് കാണുമ്പോഴും സങ്കടം തോന്നാറുണ്ടെന്നതു നേരാണ്. സ്വന്തമായി കാൽക്കാശിനു വരുമാനമില്ല. കുടുംബസ്വത്തുമില്ല. എന്തിനും ഏതിനും ഭർത്താവിന്റെ മുന്നിൽ കൈനീട്ടേണ്ട അഗതി. കൊല്ലത്തിൽ രണ്ട് പുത്തൻ സാരികൾ. വല്ലപ്പോഴുമൊരു സിനിമ. അതിനിടയ്ക്കുള്ള വല്ല പ്രത്യേകാവശ്യങ്ങളും നിറവേറ്റിക്കിട്ടണമെങ്കിൽ മധുരം കിനിയുമാറ് ചേട്ടാ എന്നുവിളിച്ച് ദിവസങ്ങളോളം പുറകേ നടക്കണം. ഭർത്താവിനെ ഊണിലും ഉറക്കത്തിലും തൃപ്തിപ്പെടുത്തണം. സ്വന്തമായി വരുമാനമുള്ള അയലത്തെ പ്രൊഫസർക്ക് ഇത്തരം പ്രശ്നങ്ങളൊന്നുമുണ്ടാവില്ല എന്നു തോന്നാറുണ്ട്. അത് ചിലപ്പോൾ ആത്മഗതമായി പുറത്തേക്കൊഴുകുന്നത് അസൂയയാണോ?

"എന്നെപ്പോലെ എന്തിനും ഏതിനും ഓരോരുത്തരുടെ മുന്നിൽ കൈനീട്ടണ്ടല്ലോ അവർക്ക്."

"നിന്റെ അകം നിറയെ കുശുമ്പാണെന്ന് ഞാൻ പറയുന്നതിലെന്താ തെറ്റ്? എന്തു കിട്ടിയാലും തൃപ്തിയില്ലാത്ത വർഗം. എപ്പഴും അക്കരെപ്പച്ച എന്ന ചിന്തയാ. അവരേ, കാലത്തു മുതൽ വൈകുന്നേരംവരെ പിള്ളരോട് തൊണ്ണ കീറിയിട്ടാ ശമ്പളം വാങ്ങുന്നത്. നിന്നെപ്പോലെ പകൽമുഴുവൻ ടിവിയുടെ മുന്നിൽ കുത്തിയിരിക്കലല്ല അവരുടെ പണി."

എപ്പോഴും ടിവിക്കു മുന്നിലിരിക്കുന്നു എന്നാണ് ഭർത്താവിന്റെ പ്രധാന പരാതി. ജോലി ഒതുക്കിയാൽ പിന്നെന്താ ചെയ്യുക? വല്ല കൈത്തൊഴിലും ചെയ്ത് കാശുണ്ടാക്കിക്കൂടേ? *രാമായണം, മഹാഭാരതം* തുടങ്ങിയ ഗ്രന്ഥങ്ങൾ വായിച്ച് പുണ്യവും ഒപ്പം വിവരവും നേടിക്കൂടേ? അതിനൊക്കെ തലയിൽ മൂള വേണം. പൈങ്കിളിസീരിയലുകൾ കണ്ട് സ്വപ്നലോകത്താ ജീവിതം. എന്തു കിട്ടിയാലും തൃപ്തിയില്ല. അയൽക്കാരിയുടെ ഉയർച്ചയിൽ കണ്ണുകടി. ഭർത്താവിനോടും സ്വന്തം മക്കളോടുപോലും പക. ഇതൊക്കെ നിങ്ങളുടെ വർഗത്തിന്റെ പൊതുസ്വഭാവമായി മാറിയിരിക്കുന്നു.

ഇത്തരം കുറ്റപ്പെടുത്തലുകൾ ആദ്യകാലങ്ങളിൽ വേദനിപ്പിച്ചിരുന്നു. കേട്ടു തഴമ്പിച്ചതോടെ അത്തരം വാക്കുകൾ ഒരു വികാരവും ഉണ്ടാക്കാറില്ല. അയാളുടെ വാക്കുകളിൽ പലതും ഒരശരീരിപോലെ ആകാശത്തുനിന്ന് ഉതിർന്നു വീഴുന്നതായിട്ടാണ് ഇപ്പോൾ തോന്നാറ്. എല്ലാ ഭാര്യമാരും തന്നെപ്പോലെ പ്രതികരണശേഷി നഷ്ടപ്പെട്ട മരപ്പാവകളായിരിക്കണമെന്നില്ലല്ലോ. ഭർത്താവിന്റെയോ ഭാര്യയുടെയോ നിരന്തരമുള്ള കുറ്റപ്പെടു

ത്തലുകൾ, പരസ്പരവിശ്വാസമില്ലായ്മ, സാമ്പത്തികബുദ്ധിമുട്ടുകൾ തുടങ്ങിയവയും ആത്മഹത്യക്ക് പ്രേരിപ്പിച്ചേക്കാം. ആത്മഹത്യയുടെ കാരണങ്ങളെക്കുറിച്ച് വീട്ടിനകത്ത് ഉറക്കെ സംസാരിക്കാനും ചിക്കിച്ചികയാനും പേടിയാണ്. ഒന്നിനും കൊള്ളാത്ത, സ്നേഹമോ സന്തോഷമോ പ്രകടിപ്പിക്കാനറിയാത്ത, മഞ്ഞുകട്ടപോലെ തണുത്തുറഞ്ഞ മരപ്പാവയാണു തന്റെ ഭാര്യയെന്ന് ഭർത്താവ് രഹസ്യമായും പരസ്യമായും പറയാറുണ്ട്. അങ്ങനെയുള്ള തന്നെ കൊല്ലണമെന്ന് ഒരു ദുർബല നിമിഷത്തിൽ ഭർത്താവിനു തോന്നിയാലോ? അങ്ങനെ തോന്നാതിരിക്കണമെന്നില്ല. കാരണം ഭർത്താവിന്റെ മൊരട്ടുസ്വഭാവവും നിസ്സംഗതയും നിരന്തരമുള്ള കുറ്റപ്പെടുത്തലുകളും കാണുമ്പോൾ അയാൾക്കെന്തെങ്കിലും വിഷം കൊടുത്തുകൊന്ന് തൂങ്ങിച്ചത്താലോ എന്ന് തനിക്കു തോന്നാറുള്ളതാണ്. അങ്ങനെയൊരു ചിന്ത ഭർത്താവിനുണ്ടായിപ്പോയാൽ അയാളെ കുറ്റപ്പെടുത്തുന്നതു ശരിയോ?

ഞായറാഴ്ചകളിൽപ്പോലും വീട്ടിലിരിക്കുന്ന പതിവ് ഭർത്താവിനില്ല. മക്കൾക്കുമില്ല.

അവർക്ക് അവരുടേതായ പരിപാടികളുണ്ട്. കൂട്ടുകെട്ടുകളുണ്ട്.

താനുണ്ടാക്കുന്ന പ്രാതൽ കഴിച്ച് അവർ പുറത്തേക്കിറങ്ങുന്നു. ഞായറാഴ്ചകളിൽ അവർക്ക് ഉച്ചയ്ക്ക് വിഭവസമൃദ്ധമമായ സദ്യവേണം. ഉച്ചയൂണിന് അവരെത്തുമ്പോഴേക്കും എരിവും പുളിയും രുചിയുമുള്ള കറികളും ചൂടുചോറും തയാറാക്കി വിളമ്പാനായി കാത്തിരിക്കണം.

ഉച്ചമയക്കം കഴിയുമ്പോൾ ചായയ്ക്ക് പരിപ്പുവട, ഉഴുന്നുവട, ബജി തുടങ്ങിയ പലഹാരങ്ങൾ വേണം.

അതുകഴിഞ്ഞാൽ ഭർത്താവ് ക്ലബ്ബിലേക്കും ആൺമക്കൾ രണ്ടുപേരും കൂട്ടുകാരോടൊപ്പം കറങ്ങാനുമിറങ്ങുന്നു. കൂടെപ്പോരുന്നോ എന്ന് അവരാരും ഇതുവരെ ചോദിച്ചിട്ടില്ല. അവർ വരുന്നതുവരെ ടിവിയുടെ മുന്നിലായിരിക്കുമെങ്കിലും മനസ്സ് മറ്റെവിടെയോ ആയിരിക്കും.

നാലക്ഷരം പഠിക്കേണ്ട നേരത്ത് കണ്ണിൽക്കണ്ട പുസ്തകം വായിച്ചു നടന്നോ—പഠിക്കുന്നകാലത്ത് നോവൽ വായിക്കുമ്പോൾ അമ്മ ശകാരിക്കാറുണ്ടായിരുന്നു. മകളെ പഠിപ്പിച്ച് അധ്യാപികയാക്കണമെന്ന് അമ്മയ്ക്ക് വലിയ മോഹമായിരുന്നു. ബിഎ യ്ക്ക് തോറ്റതോടെ ആ മോഹം അമ്മയ്ക്കു മറക്കേണ്ടിവന്നു. ജോലിക്ക് പോകുന്നതിൽ ഒട്ടും താൽപ്പര്യമില്ലായിരുന്നു. എന്നും രാവിലെ എഴുന്നേറ്റ് കുളിച്ചൊരുങ്ങി പുറത്തുപോവുക. എന്നിട്ട് വൈകുന്നേരങ്ങളിൽ അടുക്കളയിൽ കിടന്ന് വെന്തെരിയുക. അധ്യാപികയായ അമ്മയുടെ ജീവിതം കണ്ടാണല്ലോ വളർന്നത്. അമ്മയെ ജോലിക്കയ്ക്കാൻ അച്ഛനും ഒട്ടും ഇഷ്ടമില്ലായിരുന്നു. അച്ഛന് സാമാന്യം മോശമല്ലാത്ത മാസവരുമാനമുള്ള ജോലിയുണ്ട്. അതുകൊണ്ടു കഴിഞ്ഞാൽ മതി. അച്ഛൻ ശഠിച്ചു.

“സ്വസ്ഥമായി ഇരുന്നൊന്നു സംസാരിക്കാൻപോലും നേരമില്ല. എന്റെ ഭാര്യക്ക് ഏതുനേരവും നെട്ടോട്ടം. ആർക്കുവേണ്ടിയാ?”

അച്ഛൻ ഇണങ്ങിയും പിണങ്ങിയും പറഞ്ഞുനോക്കിയതാണ്. അമ്മ പക്ഷേ, ഫെമിനിസ്റ്റ് ചിന്താഗതിക്കാരിയായിരുന്നു. സ്ത്രീകൾക്കു സാമ്പത്തികസ്വാതന്ത്ര്യമുണ്ടെങ്കിലേ സ്വന്തം വ്യക്തിത്വം കാത്തുസൂക്ഷിക്കാനാവൂ. ഈ സ്വതന്ത്രചിന്താഗതിതന്നെയാണ് അമ്മയെയും അച്ഛനെയും അകറ്റിയത്. സ്ത്രീക്ക് ഉറക്കെ ചിന്തിക്കാനും തനിക്കു നല്ലതെന്നു തോന്നുന്നത് പ്രവർത്തിക്കാനും സ്വാതന്ത്ര്യം വേണം. അമ്മ ശക്തിയായി വാദിച്ചു.

"കിട്ടുന്ന ശമ്പളം നിങ്ങൾക്ക് കള്ള് കുടിക്കാനും കൂട്ടുകാരെ സഹായിക്കാനുമല്ലേയുള്ളൂ. കോഴപോലും കൊടുക്കാതെ കിട്ടിയ ജോലിയാ. അതു കളയുന്ന പ്രശ്നമേയില്ല."

അമ്മയുടെ കടുംപിടുത്തം വീട്ടിലെ സ്വസ്ഥത നശിപ്പിച്ചു. അച്ഛൻ പല രാത്രികളിലും വീട്ടിൽ വരാതായി. അച്ഛന്റെയും അമ്മയുടെയും പാതിരാശണ്ഠകൾ പലപ്പോഴും തന്നെ ഉറക്കത്തിൽനിന്ന് ഉണർത്തിയിട്ടുണ്ട്. ഭയപ്പെടുത്തിയിട്ടുണ്ട്. അച്ഛന് ഏതോ അഴിഞ്ഞാട്ടക്കാരിയുമായി ബന്ധമുണ്ടെന്നു പറഞ്ഞാണ് അമ്മ വിവാഹമോചനത്തിനു കേസു കൊടുത്തത്. കേസിന്റെ വിധി അമ്മയ്ക്ക് അനുകൂലമായിരുന്നു. കോടതിവരാന്തയിൽവച്ച് തന്നെ അച്ഛൻ കെട്ടിപ്പിടിച്ച് കണ്ണീരൊഴുക്കിയത് ഓർമയിലിപ്പോഴുമുണ്ട്. അവസാനത്തെ കാഴ്ചയും അതുതന്നെയായിരുന്നു.

അമ്മയുമായി പിണങ്ങിപ്പിരിഞ്ഞതിനുശേഷം അച്ഛൻ അധികകാലം ജീവിച്ചില്ല. ഹാർട്ടറ്റാക്കു വന്ന് പെട്ടെന്നങ്ങു മരിച്ചു. അമ്മ സങ്കടം പുറത്തു കാണിച്ചില്ലെങ്കിലും അമ്മയുടെ ഉള്ളിലെ നോവ് ഞാൻ അറിഞ്ഞിരുന്നു.

ജോലിക്കു പോകില്ലെന്ന് അന്നേ തീരുമാനിച്ചതാണ്. സ്നേഹസമ്പന്നനായ ഒരാളെ വിവാഹം കഴിച്ച് സ്വസ്ഥമായ ഒരു കുടുംബജീവിതം നയിക്കും. അമ്മയ്ക്കും അച്ഛനും കിട്ടാതെപോയ സന്തോഷങ്ങൾ സ്വന്തം ജീവിതത്തിൽ നേടിയെടുക്കും. ശണ്ഠകൾ കഴിയുന്നതും ഒഴിവാക്കും. ഇരുകൈകളും ഒന്നിച്ച് മുട്ടിയാലല്ലേ ശബ്ദം കേൾക്കൂ. എന്തെല്ലാം സ്വപ്നങ്ങളായിരുന്നു. മകളുടെ ഉള്ളറിഞ്ഞുതന്നെയാണ് അമ്മ ഭർത്താവിനെ അന്വേഷിച്ചത്. സ്വത്തും പണവും കുറവാണെങ്കിലും വേണ്ടൂലാ, എന്റെ മകളെ സ്നേഹിക്കുന്ന, പൊന്നുപോലെ നോക്കുന്ന ഒരാളെയായിരിക്കണം. വിവാഹബ്രോക്കർമാരോട് അമ്മ പ്രത്യേകം പറഞ്ഞിരുന്നു.

ഏറെനാളത്തെ അന്വേഷണഫലമായിട്ടാണ് രാമനുണ്ണി എന്ന ഭർത്താവിനെ അമ്മ തനിക്കായി കണ്ടുപിടിച്ചത്. ഭാര്യയെ ജോലിക്ക് അയയ്ക്കാനിഷ്ടപ്പെടാത്ത, യാഥാസ്ഥിതിക കുടുംബത്തിലെ അംഗം. ആവശ്യത്തിനു സ്വത്ത്. ഏകമകൻ. പ്രായമായ അമ്മ മാത്രമേ കുടുംബത്തിലുള്ളൂ. എന്തുകൊണ്ടും യോഗ്യൻ. അയാൾ അയോഗ്യനാണെന്ന് ഒരിക്കലും തോന്നിയിട്ടില്ല. അല്ലെങ്കിൽ എന്താണീ യോഗ്യതയുടെ അളവുകോൽ? ഭാര്യയെ നിരന്തരം വഴക്കു പറയുക, മുടിക്കു കുത്തിപ്പിടിച്ച് ഇടിച്ച് പരവശയാക്കുക തുടങ്ങിയ ശാരീരികോപദ്രവങ്ങളൊന്നും ഇതുവരെ ഉണ്ടായിട്ടില്ല. എന്നാൽ നാക്കുക്കൊണ്ടുള്ള ഉപദ്രവം വേണ്ടുവോളം ഉണ്ടു

താനും. ചെലവിനേൽപ്പിക്കുന്ന ഓരോ രൂപയ്ക്കും കണക്കു ബോധിപ്പിക്കണം. ആവശ്യത്തിനും അനാവശ്യത്തിനും കുറ്റംപറഞ്ഞുകൊണ്ടിരിക്കും. ഭാര്യക്ക് സ്വന്തമായി ഒരിഷ്ടവും പാടില്ല. അയാൾ ഉണ്ണുമ്പോൾ അവളും ഉണ്ണണം. കിടക്കുമ്പോൾ അവളും കിടക്കണം. അയാൾ വിളിച്ചിടത്തൊക്കെ ഇഷ്ടമുണ്ടെങ്കിലും ഇല്ലെങ്കിലും കൂടെ ചെല്ലണം. സ്വന്തമായി പ്രത്യേകം മോഹങ്ങളോ ഇച്ഛകളോ ആവശ്യങ്ങളോ ഒന്നും അരുത്. മുഖപ്രസാദമാണത്രേ സ്ത്രീയുടെ സൗന്ദര്യം. അമ്മയുടെ ഫെമിനിസ്റ്റ് ചിന്താഗതി അറിഞ്ഞോ അറിയാതെയോ തന്റെ ഉള്ളിൽ കടന്നുകൂടിയിട്ടില്ലായിരുന്നെങ്കിൽ ഒരു സ്വസ്ഥമായ കുടുംബജീവിതം കിട്ടിയേനെ. പക്ഷേ, മനസ്സ് എപ്പോഴും അസംതൃപ്തമായിരുന്നു. ആ അസംതൃപ്തി മുഖത്തെ പ്രസാദം മായിച്ചുകളഞ്ഞു.

"ഏതുനേരവും മുഖവും വലിച്ചുകയറ്റി ഭൂമിയുടെ ഭാരം മുഴുക്കെ അവളുടെ ചുമലിലാണെന്ന മട്ടിലാണ് നടപ്പ്."

ആണോ? ഒറ്റയ്ക്കാവുമ്പോൾ കണ്ണാടിയിൽ നോക്കി സ്വയം ചോദിക്കാറുണ്ട്. അതെ, മുഖം കടന്നലുകുത്തിയതുപോലെ വീർത്തുകെട്ടിയിരിക്കുന്നു....

കണ്ണിലെ വെളിച്ചവും എങ്ങോ പോയ്മറഞ്ഞു.

"ലോകത്തുള്ളവരുടെ കാര്യം മുഴുക്കെ ചിന്തിച്ച് നീയെന്തിനാ സൈ്വരക്കേടു വിലയ്ക്കുവാങ്ങുന്നത്. നിനക്കും മക്കൾക്കും വേണ്ടിയാ ഞാൻ പെടാപ്പാടു പെടുന്നത്."

ഭർത്താവ് എപ്പോഴും പറയാറുണ്ട്.

എന്നിട്ട് എന്നെക്കൂടിയെന്താ ആ കഷ്ടപ്പാടിൽ പങ്കാളിയാക്കാത്തത് എന്നു ചോദിക്കണമെന്നു തോന്നാറുണ്ടായിരുന്നു. പക്ഷേ, ആവശ്യമുള്ളപ്പോൾ അവളുടെ നാവനങ്ങില്ല. കൂട്ടിൽക്കയറി ചുരുണ്ടു കിടന്നോളും. അനാവശ്യത്തിനു പുറത്തുചാടുകയും ചെയ്യും.

അമ്മയുടെ സ്വതന്ത്രചിന്താഗതി അവർക്കുണ്ടാക്കിയ നഷ്ടത്തെക്കുറിച്ച് അയാൾ എപ്പോഴും ഓർമിപ്പിച്ചുകൊണ്ടിരിക്കും.

"എന്നെ അനുസരിച്ചു ജീവിച്ചാൽ അതിന്റെ ഗുണം നിനക്കാ."

അയാളുടെ നിത്യേനയുള്ള ഉപദേശം കേട്ട് ഇപ്പോൾ സ്വന്തമായി ഒന്നും ചിന്തിക്കാറില്ല. അയാൾ വാങ്ങിക്കൊടുക്കുന്ന സാരികളുടുക്കുന്നു. അയാൾ പറയുന്ന കറികൾ വച്ചുവിളമ്പുന്നു. അയാൾ വിളിക്കുന്നേടത്തു മാത്രം പോകുന്നു. അയാൾ കാണാൻ പറയുന്ന ടിവിസീരിയലുകൾമാത്രം കാണുന്നു. അയാൾ വായിക്കാൻ പറയുന്ന പുസ്തകങ്ങൾമാത്രം വായിക്കുന്നു. അയാൾ ആവശ്യപ്പെടുമ്പോൾ കൂടെ കിടക്കുന്നു. ഉറങ്ങാൻ പറയുമ്പോൾ ഉറങ്ങുന്നു. ഉണരാൻ പറയുമ്പോൾ ഉണരുന്നു.

ഇതാണോ സ്വസ്ഥമായ കുടുംബജീവിതം? ആണെങ്കിൽ, എന്തിനാ ചിലപ്പോൾ ആകെയൊരു വിമ്മിട്ടം?

തലച്ചോറ് മരവിച്ചപോലെ. ഈയിടെയായി തലയ്ക്ക് എപ്പോഴും ഒരു കനമാണ്. ടൺകണക്കിനു ഭാരം തലയിലേറ്റിയതുപോലൊരു തോന്നൽ.

ചുമടൊന്നിറക്കി ഭാരം പങ്കുവയ്ക്കാൻ കൂട്ടുകാരില്ല. അമ്മ മരിച്ച തോടെ സന്ധുബന്ധുക്കളില്ല. പത്തിരുപതു കൊല്ലമായി ഒന്നിച്ചുകഴി ഞ്ഞിട്ടും ഉള്ളിലുള്ളതു തുറന്നുപറയാൻ മാത്രമുള്ള അടുപ്പം ഭർത്താവി നോടില്ലല്ലോ എന്ന തോന്നൽ കുറച്ചൊന്നുമല്ല നീറ്റുന്നത്.

മൂത്തമകന് പതിനെട്ടും ഇളയവന് പതിനാറുമായി വയസ്സ്. മക്കൾ അമ്മയെ സ്നേഹിക്കുന്നുണ്ടോ? ഇതുവരെ ചോദിച്ചിട്ടില്ല. അവരുടെ കാര്യ ങ്ങൾ കണ്ടറിഞ്ഞു ചെയ്തുകൊടുക്കാറുണ്ട്. മക്കൾ അമ്മയോട് അനാദ രവ് ഇതുവരെ കാണിച്ചിട്ടില്ല. പക്ഷേ, അവഗണനയില്ലേ?

എല്ലാം വെറും തോന്നലാണോ?

ആദ്യമൊക്കെ അകം കത്തിയെരിയുന്ന തീച്ചൂളയാണെന്നു തോന്നി യിരുന്നു. ഈയിടെയായി ഒരുതരം മരവിപ്പാണ്. ചില നേരങ്ങളിൽ മരിച്ച തുപോലെ ഉടലാകെ തണുത്തുറയുന്നു. ഇത്തരം മരവിപ്പ് ആരെയെ ങ്കിലും ആത്മഹത്യക്ക് പ്രേരിപ്പിച്ചിട്ടുണ്ടാകുമോ? ഉണ്ടായിരിക്കാം. ഇല്ലാ യിരിക്കാം. തന്നെ സംബന്ധിച്ചിടത്തോളം ഈ മരവിപ്പ് ഭ്രാന്തമായ ഒരവ സ്ഥയിലാണ് എത്തിച്ചിരിക്കുന്നത്.

ആത്മഹത്യയുടെ തായ്വേര് ചികഞ്ഞു മുന്നോട്ടു പോയാൽ സ്നേഹസമ്പന്നനായ ഭർത്താവ് തന്നെ ചിലപ്പോൾ മനോരോഗചികി ത്സക്ക് വിധേയമാക്കിയേക്കാം. അതു വേണോ? തൽക്കാലം ഉറക്കെ ചിന്തി ക്കാതിരിക്കാം. ഒരിക്കൽ എല്ലാ അടിവേരുകളും പിഴുതെറിയുന്ന കൊടു ങ്കാറ്റായി ആഞ്ഞുവീശാം. ക്ഷമയേറ്റ ഭൂമിദേവിയെപ്പോലെ ഉറഞ്ഞുതു ള്ളാം. തീനാളമായി സ്വയം കത്തിയെരിയാം...

കാത്തിരിക്കാം, സമയമുണ്ടല്ലോ!

10

ഒരിക്കൽക്കൂടി

കുന്തിരിക്കത്തിന്റെയും ചന്ദനത്തിരിയുടെയും മണം മൂക്കിലേക്കടിച്ചുകയറിയപ്പോൾ ജമീലയ്ക്കു പേടിയായി. അതു മരണത്തിന്റെ മണമാണ്. അവളുടെ ബാപ്പയും ഉപ്പാപ്പയും മരിച്ചപ്പോൾ വീടു നിറയെ ഇതേ മണമായിരുന്നു. ഇവിടെ, അവളുടെ വീട്ടിൽ ആരാ മരിച്ചത്? അവളും ഭർത്താവും കോളേജിൽ പഠിക്കുന്ന മകനുമാണു വീട്ടിലുള്ളത്. രാത്രി ഭർത്താവിനും മകനും ഊണു കൊടുത്തു പാത്രങ്ങൾ കഴുകിവച്ച് അവൾ കിടക്കാൻ ചെന്നപ്പോൾ ഭർത്താവ് പതിവുപോലെ ചാരുകസേരയിലിരുന്നു തടിയൻ പുസ്തകം വായിക്കുന്നു. മകൻ ടിവിയുടെ മുന്നിൽ തപസിരിക്കുന്നു. രണ്ടുപേരും അവളെ കണ്ടതായി നടിച്ചില്ല. അതു സ്ഥിരം പതിവായതുകൊണ്ട് അവൾക്കൊന്നും തോന്നിയതുമില്ല.

കുറച്ചുനേരം ടിവി കണ്ടു. ഹിന്ദി പരിപാടിയാണ്. അവൾക്ക് ഒരക്ഷരം മനസിലായില്ല. ഭർത്താവ് പാതിരാവരെ വിളക്കു കത്തിച്ചിരുന്നു വായിക്കും. മുമ്പൊന്നും അവൾക്ക് വെളിച്ചം കണ്ടാൽ ഉറക്കം വരില്ലായിരുന്നു. ഇപ്പോൾ അതും ശീലമായി. കിടക്കുന്നതിനുമുമ്പു ടൈംപീസിൽ അഞ്ചുമണിക്ക് അലാറം വയ്ക്കാൻ അവൾ മറന്നില്ല. കിടക്കുന്നതിനുമുമ്പു ഫാത്തിഹ ഓതി ദ്വാ എരന്നു. ഉറക്കം വന്നതേയില്ല. ഒരുപാടു മക്കളെ പ്രസവിക്കണമെന്ന് അവൾ ആഗ്രഹിച്ചിരുന്നു. വീടു നിറയെ കുട്ടികൾ. അവർ വലുതാകും. കല്യാണം കഴിക്കും. അപ്പോൾ അവർക്കും ഒരുപാടു മക്കൾ; അപ്പോഴേക്കും മുടി നരച്ച് കിഴവിയായ അവൾ വെറ്റില മുറുക്കി പേരക്കിടാങ്ങൾക്കു കഥ പറഞ്ഞുകൊടുക്കും. അതൊക്കെ വ്യാമോഹങ്ങളായി. ആദ്യപ്രസവത്തിൽത്തന്നെ അവളുടെ ഗർഭപാത്രത്തിനു ക്ഷതം പറ്റി. അത് എടുത്തുകളയേണ്ടിവന്നു.ഓരോന്ന് ഓർത്തു കിടന്ന് ഉറങ്ങിപ്പോയതറിഞ്ഞില്ല.

അലാറം അടിക്കുന്നതുകേട്ട് ഉണർന്നെങ്കിലും അവൾക്ക് എഴുന്നേൽക്കാനായില്ല. കൈയും കാലും കെട്ടിയിട്ടതുപോലെ. മകനെ വിളിക്കണമെന്നുണ്ടായിരുന്നു. നാവുയരുന്നില്ല. വിളിച്ചാലും അവൻ കേൾക്കില്ലെന്ന് അറിയാം. തന്റെ കട്ടിലിലല്ല കിടക്കുന്നത്. കണ്ണു തുറക്കാൻ കഴിയുന്നില്ല. നടുവകത്ത് പലകക്കട്ടിലിൽ അവളെ വെള്ളത്തുണികൊണ്ടു മൂടിക്കിടത്തിയിരിക്കുകയാണ്. രണ്ടു പെൺകുട്ടികൾ അടുത്തിരുന്നു *ഖുർആൻ* ഓതുന്നു. പെൺകുട്ടികളെ അവൾ ഇതിനുമുമ്പു കണ്ടിട്ടേയില്ല.

ആരോ തലയ്ക്കുംഭാഗത്തിരുന്ന് എണ്ണിപ്പെറുക്കുന്നു. ആ സ്വരം അവൾ തിരിച്ചറിഞ്ഞു. അവളുടെ ഭർത്താവ്.

"എന്നാലും ജമീലാ. നീ ഞങ്ങളെയിട്ടു പോയല്ലോ. ഞങ്ങൾക്കാരാ ഉള്ളത്? നീയില്ലാതെ ഞാനെങ്ങനെ..."

ഭർത്താവിന്റെ കരച്ചിൽ കേട്ട് അവൾ അമ്പരന്നു. കുറേക്കാലമായി അവൾ ചെയ്യുന്നതെല്ലാം കുറ്റമാണ്. ഏതു നേരവും ശുണ്ഠി. കൂട്ടാന് ഉപ്പില്ല. എരിവു കൂടിപ്പോയി. അവൾ അടുത്തുവരുമ്പോൾ വിയർപ്പ് നാറുന്നു. ഷർട്ട് ഇസ്തിരിയിട്ടത് ശരിയായില്ല. കുറ്റങ്ങളുടെ പട്ടിക നീളുന്നു. ആദ്യമൊക്കെ അവളും എതിർത്തുപറയുമായിരുന്നു. ഇപ്പോൾ കുറച്ചുകാലമായി അവൾ ഒന്നും കേട്ടതായി ഭാവിക്കാറില്ല. അങ്ങനത്തെ ആളാണ് എണ്ണിപ്പെറുക്കി കരയുന്നത്."എന്റെ പൊന്നാരജമീലാ നീയില്ലാതെ എനക്ക് ജീവിക്കണ്ട. ഞാനും വരും നിന്റെ കൂടെ. റബ്ബേ എന്നേം വിളിക്ക്."

ഭർത്താവ് കട്ടിലിൽ തലയിട്ടടിക്കുന്നതുകണ്ട് അവൾക്ക് പാവം തോന്നി. തടയണമെന്നുണ്ടായിരുന്നു. പക്ഷേ, കഴിയുന്നില്ല. അപ്പോഴേക്കും ആരോ എത്തി അയാളെ പിടിച്ചുമാറ്റി.

"ഇങ്ങളെന്താ പിയ്യാപ്ലേ ഇക്കാട്ടണത്?പടച്ചോൻ ബിതിച്ചത് ഞമ്മക്ക് സഹിക്കാണ്ട് പറ്റോ? എന്ത് തങ്കംപോലത്തെ മോളൈനും. ഇന്നലെ രാത്തിരി നല്ലോണം കെടന്നതല്ലേ. ഞമ്മളാരെങ്കിലും ബിചാരിച്ചതാണോ ഇത്?"

ആ ശബ്ദവും അവൾ തിരിച്ചറിഞ്ഞു. അവളുടെ മൂത്തമ്മയുടെ മകൻ നാസറിക്ക. മൂപ്പർ അവളെക്കൊണ്ട് എന്നും കുറ്റമേ പറയാറുള്ളൂ.

"എന്താ ഓളെ ബിചാരം. കണ്ടാൽ മിണ്ടൂലാ. ചോയിച്ചാൽ ഉത്തരം കിട്ടണമെങ്കില് മണിക്കൂറൊന്നു ബേണം. വക്കീലിന്റെ ഓളാന്നുള്ള ഗമേരിക്കും."

നാസറിക്ക അവളുടെ ഭർത്താവിനെയും പിടിച്ചുകൊണ്ട് അകത്തേക്കു നടന്നു. അപ്പോഴേയ്ക്കും പടിക്കൽ അലമുറ കേട്ടു. "എന്റെ മോളേ...ഞാനെന്താ ഇക്കേക്കണത്...ഇത്താത്താക്കിനി ആരാ ഉള്ളത്? കരിമുരിക്ക്പോലത്തെ ബാല്യക്കാരത്തി അല്ലില്ലേനോ? നീ എന്നെ എന്തിന് ബാക്കിവച്ച് റബ്ബേ....എനക്ക് മരിച്ചാ മതി." ഇത്താത്ത മാറത്തടിച്ചുകൊണ്ട് അവളുടെ ശരീരത്തിലേക്ക് മറിഞ്ഞുവീണു. ആരൊക്കെയോ ഏറെ പണിപ്പെട്ടാണ് അവരെ പിടിച്ചുകൊണ്ടുപോയത്.

ജമീലയ്ക്ക് ഉള്ളിൽ ചിരിയൂറി. കഴിഞ്ഞയാഴ്ച അവളോട് പിണങ്ങിയാണ് ഇത്താത്ത പോയത്. അയ്യായിരം ഉറുപ്പിക കടം വേണമെന്ന് പറഞ്ഞിരുന്നു. അവളുടെ കൈയിൽ പണമൊന്നും ഉണ്ടായിരുന്നില്ല. ഭർത്താവാണ് വീട്ടുചെലവ് നടത്തുന്നത്. അവൾക്ക് എന്തെങ്കിലും ആവശ്യം വന്നാൽ അയാളുടെ മുമ്പിൽ കൈനീട്ടണം.

"നോക്കീന്നും, എനക്കൊരു അയമ്പത് ഉറുപ്യ വേണ്ടീനും."

"നിനക്കിപ്പോ എന്തിനാ പൈസ? എന്താ വേണ്ടതെന്നുവച്ചാ പറ. ഞാൻ വാങ്ങിത്തരാം."

"എനക്കൊന്നും വേണ്ട," അവൾ ഒഴിയും.

അഞ്ചുറുപ്പിക കൈയിലില്ലാത്ത അവളോടാണ് ഇത്താത്ത അയ്യായിരം ഉറുപ്പിക ചോദിച്ചത്. ഇല്ലെന്നു പറഞ്ഞിട്ടു വിശ്വസിച്ചതേയില്ല.

"മാപ്പള പണം ബാരുന്നു. ഇതേതാ സാധനം! അറുത്ത കൈക്ക് ഉപ്പ് തേക്കൂല. എടീ ഞാനാരാനാ? ബശീറിന്റെ പൈശ ഇമ്മാസം ബന്നില്ല. ബന്നാ ഞാൻ മടക്കിത്തരൂലാന്ന് ബിചാരിച്ച് അല്ലേ? അനിയത്തിന്റെ മാപ്പള വലിയ ബങ്കീശക്കാരൻ. ഓളേല് അയ്യായിരം ഉറുപ്യ എടുക്കാനില്ലോലെ. പടച്ചോനെ മറന്ന ബർത്താനം പറേല്ലേ പെണ്ണേ. ഇനി തന്നാലും എനക്ക് ബേണ്ട. ഓളൊരു പൈശക്കാരത്തി."

കൈയും കലാശവും കാണിച്ച് ഇത്താത്ത ഉറഞ്ഞുതുള്ളി. അവൾ ഉണ്ടാക്കിവച്ച ചായയും പലഹാരവും തിരിഞ്ഞുപോലും നോക്കാതെ ഇറങ്ങിപ്പോവുകയും ചെയ്തു. അവൾ ഒന്നും മിണ്ടാതെ തരിച്ചിരുന്നു. ആ ഇത്താത്തയാണ് അലമുറയിടുന്നത്. ഇതെന്ത് മറിമായം? ഇത്താത്ത അപ്പോഴും അവളുടെ അലിവും ദയയും എണ്ണിപ്പെറുക്കി കരയുകയാണ്. അതിനിടയിൽ ഒരു വിങ്ങിപ്പൊട്ടൽ.

"ജമീലാ, ഇക്കാക്കാനോട് പൊറുക്ക് മോളെ....എന്നാലും നീയിങ്ങനെ..."

അതേ, അവളുടെ ഇക്കാക്കതന്നെ. ആറു മാസമായി മൂപ്പർ ഈ പടി കടന്നിട്ട്. അവളുടെ ഭർത്താവുമായുള്ള പിണക്കമാണ്. ഭർത്താവിന്റെ പഴയ ഫിയറ്റ്കാർ ഇക്കാക്കയാണു വാങ്ങിയത്. മറിച്ചുവിറ്റപ്പോൾ ഇക്കാക്കയ്ക്ക് അതിൽ ഒരുപാടു നഷ്ടം വന്നത്രേ. അതിനും കുറ്റം അവൾക്കായിരുന്നു.

"എടീ, ആ കാറ് തല്ലിപ്പൊളിയാണെന്ന് ഇനിക്കെങ്കിലും എന്നോടൊന്ന് പറഞ്ഞൂടൈനോ? ഉറുപ്യ അയ്യായിരമാ വെള്ളത്തിലായത്. ഓളേതാ അമുക്കിയെന്നോ."

തമ്മിൽത്തമ്മിൽ കച്ചവടം ശരിയാവില്ലെന്ന് അവൾ പറഞ്ഞിരുന്നു.

"നിന്റെ മാപ്പളനെ ഞാൻ പറ്റിക്കൂന്നുള്ള പേടിയാ അല്ലേടീ?" എന്നാണ് അപ്പോൾ ചോദിച്ചത്.

അന്ന് ഇറങ്ങിപ്പോയതാണ്. വഴിയിൽവച്ച് കണ്ടാൽപ്പോലും അവളോട് മിണ്ടാറില്ല. ഇപ്പോഴിതാ വിങ്ങിക്കരയുന്നു. അവൾക്കാകെ സന്തോഷമായി. ഇനി ആരൊക്കെയാണാവോ വരാൻ പോകുന്നത്? അപ്പോഴേക്കും പടിക്കൽ വീണ്ടും അലമുറ.

"അള്ളാ എനക്കിത് സഹിക്കാൻ കയ്യൂലാ. ഇക്കാക്ക, ഞാനെന്താ ഇക്കേക്കുന്നത്? എന്റെ പൊന്നാരിത്താത്ത ഇങ്ങളെന്താ ഇക്കാട്ട്യത്? ഏടെ എന്റെ പൊന്നുമോൻ? മോനെ ഇന്റെ വിധി ഇതായിപ്പോയല്ലോടാ?"

ഭർത്താവിന്റെ സഹോദരിയാണ്. അവൾക്ക് ജമീലയോട് തീരാത്ത പകയാണ്; എപ്പോൾ കണ്ടാലും കുത്തുവാക്കേ പറയൂ.

"കല്യാണത്തിനുമുമ്പ് ഇക്കാക്കയ്ക്ക് എന്നെ ജീവനേരുന്നു. ഞാനെന്തു പറഞ്ഞാലും കൊണ്ടത്തരും. ഈ മദാമ്മ വന്നു കേറ്യേപ്പിന്നെ എന്നെ കണ്ടൂടാ. കയിഞ്ഞ പെരുന്നാക്ക് ഒരു സാരി കൊണ്ടത്തന്നിന്. മണ്ണാമ്പലപോലത്തത്. ഞാനെന്താ സാരി ഉടുക്കാണ്ട് നടക്ക്വാ? എനക്കാവശ്യമുള്ളത് മോന്റെ ബാപ്പ മാങ്ങിത്തരും. എന്നാലും അങ്ങനല്ലല്ലോ. എനക്കാകെ ഉള്ള ഒരാങ്ങള. കൊല്ലത്തിലൊരിക്കൽ ഒരു സാരി വാങ്ങിത്തന്നാൽ മുടിഞ്ഞൊന്നും പോകൂലാലോ. എനക്കത് ഒരു സന്തോശോം ആയി."

അവൾ വേലക്കാരി നബീസയോട് ജമീല കേൾക്കാനെന്നവണ്ണം ഉറക്കെ പറഞ്ഞു. അവൾ കേൾക്കുകയും ചെയ്തു. എന്തോ, മറുപടി പറയാൻ തോന്നിയില്ല.

നാത്തൂൻ നിർത്തുന്ന ലക്ഷണമില്ല. അവൾ ജമീലയുടെ മകനെ കെട്ടിപ്പിടിച്ച് ഉറക്കെ കരഞ്ഞപ്പോൾ അവനും ഉമ്മയുടെ കാൽക്കൽ വീണ് ഉറക്കെ കരയാൻ തുടങ്ങി."എന്റെ പൊന്നാരുമ്മാ എന്നോട് പൊറുക്ക്. ഞാനിനി ഉമ്മാനോട് എതിർത്തൊന്നും പറയില്ല. ഉമ്മാനെ സങ്കടപ്പെടുത്തില്ല. ഉമ്മാ പോകല്ലേ...ഉമ്മാ..."

ജമീലയുടെ കണ്ണുകൾ നിറയുന്നതുപോലെ തോന്നി. പത്താം ക്ലാസിലെത്തിയതോടെയാണ് മകന് അകൽച്ച തുടങ്ങിയത്. അതുവരെ അവന് അമ്മ വേണമായിരുന്നു. കോളേജിൽ ചേർന്നപ്പോൾ അവന് ബാപ്പ ബൈക്ക് വാങ്ങിച്ചുകൊടുത്തു. അവനതിൽ കയറി പറപ്പിക്കുന്നതു കാണുമ്പോൾ അവളുടെ ചങ്കിടിക്കും. ബൈക്ക് വാങ്ങിച്ചുകൊടുക്കരുതെന്ന് അവൾ ഭർത്താവിനോട് പറഞ്ഞിരുന്നു. അത് അവനും കേട്ടതാണ്. അതോടെ അവളോടുള്ള വൈരാഗ്യം ഏറി. അവളെന്തു ചോദിച്ചാലും അവൻ ഉത്തരം പറയില്ല. ബൈക്കിന്റെ സ്പീഡ് കുറയ്ക്കണമെന്ന് പറഞ്ഞുപോയാൽ അന്നവൻ പറപ്പിക്കും. അവളെന്തെങ്കിലും പറഞ്ഞാൽ അവന്റെ മുഖത്ത് പുച്ഛം.

"ഉമ്മയ്ക്ക് വിവരണ്ടോ? വിവരല്ലാത്തതിനെക്കുറിച്ച് പറയണ്ട."

അവൾ എസി എസ്എൽ സി. പാസായിട്ടുണ്ട്. മലയാളം മീഡിയത്തിൽ. അതുകൊണ്ട് ഇംഗ്ലീഷ് പറയാൻ അറിയില്ലെന്നത് നേരാണ്. അവൻ ഇംഗ്ലീഷ് മീഡിയത്തിൽ പഠിച്ചതുകൊണ്ട് മണിമണിപോലെ ഇംഗ്ലീഷ് സംസാരിക്കും: എന്നാലും ഏഴാംക്ലാസുവരെ അവന്റെ ഗൃഹപാഠം ചെയ്യിച്ചതും അവനെ പഠിപ്പിച്ചതും അവളായിരുന്നു. ക്ലാസിൽ മലയാളം പറഞ്ഞതിന് അവനെ ടീച്ചർ ഒരിക്കൽ അടിച്ചു. ചുവന്നുതുടുത്ത മകന്റെ കൈവെള്ള കണ്ട് അവളുടെ കണ്ണുനിറഞ്ഞു. പിറ്റേദിവസം അവൾ സ്കൂളിൽച്ചെന്ന് ടീച്ചറോട് വഴക്കുകൂടി. വലുതായപ്പോൾ അവനതെല്ലാം മറന്നു. ഇംഗ്ലീഷറിയാത്ത ഉമ്മ അവനൊരു ഭാരമായി.

അടുത്ത വീട്ടിൽ താമസിക്കുന്നത് അവന്റെ ക്ലാസിൽ പഠിക്കുന്ന പിങ്കി എന്ന കുട്ടിയാണ്. അവളുടെ അമ്മ പരിഷ്കാരി. മലയാളം പറയില്ല. വൈകുന്നേരങ്ങളിൽ വെറുതേയിരിക്കുമ്പോൾ ചിലപ്പോൾ അവൾ പിങ്കിയുടെ അമ്മയോടു ലോഹ്യം പറയാൻ ചെല്ലും. അതവന് ഇഷ്ടപ്പെട്ടില്ല. ബാപ്പയോട് പരാതിപറയുകയും ചെയ്തു.

"ഉമ്മയോട് പിങ്കിയുടെ വീട്ടിൽ പോകരുതെന്ന് പറ ബാപ്പാ. ഉമ്മയ്ക്കു നല്ല സാരിയൊന്നുമില്ലേന്ന് പിങ്കിയുടെ മമ്മി ചോദിച്ചു. ഓ...ഞാനാകെ ചമ്മിപ്പോയി."

"നിനക്കെന്താ ജമീലാ വൃത്തിയായി നടന്നൂടെ?"

അവന്റെ ബാപ്പ ചോദിച്ചു.

അണിഞ്ഞൊരുങ്ങി നടക്കാൻ അവൾക്കെവിടെയാ സമയം? വലിയ വീട് അടിച്ചുതുടച്ച് വൃത്തിയാക്കണം. ഭക്ഷണമുണ്ടാക്കണം. ഭർത്താവിനെ കാണാൻ വരുന്ന കക്ഷികൾക്കു തരമനുസരിച്ചു ചായയും കാപ്പിയുമൊക്കെ ഓഫീസുമുറിയിലേക്കു കൊടുത്തയയ്ക്കണം. സഹായത്തിനുള്ളത് ഒരു തള്ളയാണ്. പത്തറുപതു വയസ്സായി. അവർക്ക് എന്നും അസുഖം. ജോലിയെല്ലാം ജമീല ചെയ്യണം. തള്ളയ്ക്ക് ആരോരുമില്ല. അതുകൊണ്ട് ശമ്പളം കൊടുക്കണ്ട. അതാണ് അവരെത്തന്നെ ഭർത്താവ് ജോലിക്കു നിർത്തിയിരിക്കുന്നത്. അടിച്ചുവാരാനും നിലം തുടയ്ക്കാനും ഒരാളെ വയ്ക്കണമെന്നു പറഞ്ഞാൽ അവളുടെ ഭർത്താവ് ചോദിക്കും:

"നിനക്കെന്താ കദീശുമ്മയെക്കൊണ്ട് ചെയ്യിച്ചൂടെ? പറഞ്ഞു പണി ചെയ്യിക്കാൻ അറിയൂലാന്ന് വെച്ചാൽ?"

വയസായ കദീശുമ്മയെക്കൊണ്ട് ഭാരിച്ച പണിയൊന്നും ചെയ്യിക്കാൻ അവൾക്കു കഴിയാറില്ല. ബാപ്പായ്ക്കും മോനും രുചിയുള്ള ആഹാരം വേണം; ചൂടോടെ. എന്തെങ്കിലും മോശമായാൽ രണ്ടുപേരും കലിതുള്ളും. വൈകുന്നേരമാണ് അവളൊന്ന് കുളിക്കുന്നത്. പത്തു മിനിട്ട് ഗേറ്റിൽ ചെന്നു നിൽക്കാൻ നേരം കിട്ടിയാലായി. വീണ്ടും അടുക്കളയിൽ കയറണം.

"ഉമ്മാ കണ്ണു തുറക്ക്."

മകന്റെ വിളി. കണ്ണുതുറക്കണമെന്നുണ്ടായിരുന്നു. പക്ഷേ കഴിഞ്ഞില്ല. പശ വച്ച് ഒട്ടിച്ചതുപോലെ. അപ്പോഴേക്കും ആരോ വന്ന് സമ്മതം ചോദിച്ചു:

"കുളിപ്പിക്കാൻ എടുക്കട്ടേ?"

വേണ്ട. അവൾക്ക് ഉറക്കെ വിളിച്ചു പറയാൻ തോന്നി. ഇതുവരെ നടന്നതെല്ലാം അവൾക്കും ഇഷ്ടപ്പെട്ടു. ഇനി തമാശ മതി. എണീറ്റ് അടുക്കളയിലേക്കു പോകാം. അവൾ എഴുന്നേൽക്കുന്നതിനുമുമ്പ് ആരൊക്കെയോ കട്ടിൽ കുളിമുറിയിൽ എത്തിച്ചു.

ജമീലയ്ക്കു മതിയായി. എണീറ്റ് ഓടാൻ തോന്നി. അനങ്ങാൻ കഴിയുന്നില്ല. കുളിപ്പിച്ച് മേലാകെ തുവർത്തിച്ചു. ദേഹത്ത് അത്തർ പൂശി. കോടിമുണ്ട് ഉടുപ്പിച്ചു. നിസ്കാരക്കുപ്പായവും മക്കനയും ഇടുവിച്ച് നടുവകത്ത് വിരിച്ചു പുൽപ്പായയിലെ കോടിത്തുണിയിൽ കിടത്തി.

അത്തർകുപ്പി അപ്പാടെ ദേഹത്തു കമഴ്ത്തി. എങ്ങും പരിമളം. മൂക്കിലും ചെവിയിലും പഞ്ഞിവച്ചു.

"അവസാനക്കാഴ്ച കാണാനുള്ളോര് ബന്നോളിൻ. മൊകംമൂടാൻ പോവാണ്."

ആരോ വിളിച്ചുപറഞ്ഞു. പിന്നെ ഉന്തും തള്ളും. അവളെക്കാണാൻ ആരൊക്കെയോ തിക്കിത്തിരക്കി മുന്നോട്ടുവരുന്നുണ്ടായിരുന്നു.

"മറ്റാണുങ്ങള് കാണണ്ട. അത് മയ്യത്തിന് ഹറാമാണ്."

മൊല്ലാച്ചി വിളിച്ചുപറയുന്നുണ്ടായിരുന്നു.

അവളുടെ ഭർത്താവ് അടുത്തിരുന്നപ്പോൾ മൊല്ലാച്ചി പറഞ്ഞു:

"പിയ്യാപ്ലേ ഒളുവുള്ള മയ്യത്താ. നിങ്ങൾ തൊട്ടാ ഒളുമുറിയൂലേ?"

അവൾക്ക് മൊല്ലാച്ചിയെ പിടിച്ചൊരു തള്ളുകൊടുക്കാൻ തോന്നി. ഭർത്താവ് സ്നേഹത്തോടെ അവളുടെ അടുത്തിരുന്നിട്ട് നാളെത്രയായി? ഈ മൊല്ലാച്ചിക്ക് എന്തിന്റെ കേടാ? അവൾ എണീറ്റിരിക്കാൻ ഒരു ശ്രമം നടത്തി. അപ്പോഴേക്കും മൊല്ലാച്ചി മുഖം നിറയെ പഞ്ഞി വച്ചു. അവൾക്ക് ശ്വാസംമുട്ടി. കോടിത്തുണിയിൽ മൂടിക്കെട്ടാൻ ശ്രമിച്ചവരെ തട്ടിമാറ്റി. ഉറക്കെ നിലവിളിച്ചുകൊണ്ട് ജമീല ചാടിയെണീറ്റു.

മുന്നിൽ ഭർത്താവും മകനും. അവരുടെ മുഖത്ത് ഈറ. കണ്ണിൽ തീ. അവൾ തല കുനിച്ചു.

11

നേർച്ചക്കാള

"ഈ കൊടമണി ഒന്ന് അയിച്ച് താ ഇമ്മച്ചീ... ഖിലും കിലും... ചെവിയടയ്ക്കണ്. വയ്യേ...."

അടുക്കളമുറ്റത്തിരുന്നു തേങ്ങ പൊതിക്കുന്നതിനിടയിൽ കുഞ്ഞിപ്പാത്തു പറയുന്നുണ്ടായിരുന്നു.

"എന്താണ്യേ അനക്ക്? അന്റെ കവുത്തില് മണീല്യാ കിണീല്യാ."

ചക്കച്ചുള വൃത്തിയാക്കിക്കൊണ്ടിരുന്ന കുഞ്ഞിപ്പാത്തുവിന്റെ ഉമ്മ ഇയ്യാത്തുമ്മ സങ്കടത്തോടെ പറഞ്ഞു.

"പെരപ്പണി മുയുമനും ഇബളൊരുത്തി പേറണം. ബാപ്പ മരിച്ചേപ്പിന്നെ എല്ലാ ബാരോം ഓളെ തലയിലായില്ലേ...ഇപ്പം ഇങ്ങനീം...." ഇയ്യാത്തുമ്മ സങ്കടം സഹിക്കാനാവാതെ എണ്ണിപ്പെറുക്കി.

"ഉമ്മ തൊടങ്ങിലോ....ചക്ക നേരെയാക്കീട്ട് തേങ്ങ ചെരണ്ടിത്തര്ണുണ്ടോ ഇങ്ങള്? ഫൈസീന്റെ ഉപ്പ ചോറിന് ഇപ്പളിങ്ങെത്തും."

വാക്കിലും നോക്കിലും അതൃപ്തി പ്രകടിപ്പിച്ചുകൊണ്ട് അവരുടെ മരുമകൾ ജമീല അടുക്കളവാതിലിലൂടെ തല പുറത്തേക്കിട്ടു.

"ഞാൻ പെറ്റിട്ടാടീ ഓനെന്റെ മാപ്പളയായത്. പറേന്നത് കേട്ടാൽ തോന്നും ഫൈസീന്റെ ഉപ്പയെ ഓക്ക് പടച്ചോൻ നൂലുമ്മക്കെട്ടി ആകാശത്തൂന്നും എറക്കിക്കൊടുത്തതാന്ന്."

ഇയ്യാത്തുമ്മ അരിശം വിഴുങ്ങി പിറുപിറുത്തു.

"ഇങ്ങളെന്താന്നും നൊടിയണത്?" മരുമോൾ ചിറഞ്ഞുനോക്കി ചോദിച്ചു.

"ഇമ്മാ തേങ്ങ...കോട്ടേലെ കുട്ടന് ബൈക്കോലും കാടീം ഒന്നും കിട്ടീലാ."

പൊതിച്ച തേങ്ങ നീട്ടിക്കൊണ്ട് കുഞ്ഞിപ്പാത്തു പറഞ്ഞതുകേട്ട് ഇയ്യാത്തുമ്മയുടെ കരള് കരിഞ്ഞു.

"രാവിലെ ചായ തന്നീലേ അനക്ക്?"

"ഊഉം....."

"പടച്ചോൻ പൊറുക്കൂലാ ജമീലാ...." ഇയ്യാത്തുമ്മയുടെ സ്വരം അവരറിയാതെ ഉയർന്നു.

"ഇങ്ങളെ മോക്ക് പത്തിരീം ചായേം മേണ്ട. പച്ചപ്പുല്ല് മതീന്ന്. തൊടീച്ചെന്ന് തിന്നോളാൻ പറഞ്ഞ്." ജമീല കുലുങ്ങിച്ചിരിച്ചു.

"സുഖല്യാത്തോളാന്ന് ഒരു വിചാരം ഇവിടാർക്കൂല്ലാ. ഇന്റെ കാലം കയിഞ്ഞാ ഇതിന്റെ ഹാലെന്താ റബ്ബേ..."

തേങ്ങിക്കൊണ്ട് ഇയ്യാത്തുമ്മ അടുക്കളയിലെത്തി. ചട്ടിയും കലവും പരതി ബാക്കിവന്ന പത്തിരിത്തുണ്ടുകളും കൂട്ടാനും മകളുടെ മുന്നിൽ വച്ചുകൊടുത്തു. കുഞ്ഞിപ്പാത്തു അടുക്കളക്കോലായിൽ ചമ്രം പടിഞ്ഞിരുന്ന് കിട്ടിയത് ആർത്തിയോടെ വാരിവിഴുങ്ങി.

"ഇന്റെ റബ്ബേ....ഇതിന്റൊരു ഹാലേ..."

അപ്പോൾ അവിടെയെത്തിയ ഇയ്യാത്തുമ്മയുടെ അയൽക്കാരി റുഖിയ സഹതപിച്ചു.

"ലോട്ടർമാരെ ആരേം കാണിച്ചീലേ ഇയ്യാത്വോ ഇയ്യ്?"

"അയിനൊക്കെ ആരാണ്യേ ഞങ്ങക്കൊരു തൊണ?"

"അന്റെ മോനോട് പറ. മെഡിക്കക്കോളേജില് ഇതിനായിട്ടുള്ള നല്ല ലോട്ടർമാരുണ്ടെന്ന് ഇന്റെ മയമുണ്ണി പറഞ്ഞു. ഇയ്യ് പറഞ്ഞാ ഓനൊരീസം ഇങ്ങളെകൂടെ ബരാണ്ടിരിക്കൂലാ."

"ദോക്കീന്നും ഇങ്ങള് ബേണ്ടാത്ത ഓരോ ചിന്തകള് തള്ളന്റീം മോളീം തലേല് കേറ്റണ്ടാട്ടോ. അല്ലെങ്കിത്തന്നെ ബാക്കീള്ളോരിക്ക് ഇബിടെ സൈ്വരല്ല."

ജമീല മുരണ്ടു.

"പൂപോലൊരു മോളേര്ന്ന്....നിങ്ങക്കൊക്കെ മേണ്ടീട്ടാ ഇത് കെടന്ന് മടച്ചത്. എന്നിട്ടിപ്പം തിരിഞ്ഞുനോക്കാനാളില്ല. ഇയ്യ് കൊടപ്പനക്കച്ചെന്ന് തങ്ങളുപ്പാപ്പാനെയെങ്കിലും ഒന്നു കണ്ട് നോക്ക്. ഒരു നൂല് മന്തിരിച്ചു കെട്ടിയാ ആക്കം കിട്ടാണ്ടിരിക്കൂലാ. ഇതാരോ സെഹ്റ് ചെയ്തതാ. അല്ലാണ്ടെ പെട്ടെന്നൊരീസം ഇങ്ങനെ...."

"ഇങ്ങക്ക് കുടീല് പണിയൊന്നുമില്ലേ? കുത്തിത്തിരിപ്പിനായിട്ട് എറങ്ങീതാ അല്ലേ?"

ജമീല റുക്കിയയെ മുഴുമിപ്പിക്കാൻ സമ്മതിച്ചില്ല.

"അന്റെ കുടീല് കുത്തിത്തിരിപ്പുണ്ടാക്കീട്ട് ഇനിച്ചെത്താ കിട്ടാമ്പോണേ? ഇക്കുടിയായിട്ട് ഇന്നും ഇന്നലേള്ള ബന്ധല്ല. അന്റെ അമ്മോസാക്കേം ഇന്റെ മാപ്പളേം ചങ്ങായിമ്മാരേര്ന്ന്. ഓല് രണ്ടാളും മയ്യത്തായീച്ചിട്ട് ഞങ്ങളെ ബന്ധം പിരിയൂലാ. അതോണ്ട് പറഞ്ഞോയതാ. കുഞ്ഞിപ്പാത്തു കണ്ടോരുടെ അടുക്കളേക്കെടന്ന് ബെശർപ്പൊയ്ക്കീട്ടാ അന്റെ മാപ്പള അക്കരക്കടന്നത്. അവിടന്നും കിട്ടിയ പൈശോണ്ടാ ഇപ്പളത്തെ കച്ചോടം തൊടങ്ങ്യേത്. ഇതൊക്കെ ഇയ്യ് മറന്നാലും ഞങ്ങള് നാട്ടാര് മറക്കൂലാ. ഞാമ്പോണ്."

റുഖിയ പിറുപിറുത്തുകൊണ്ട് നടന്നുമറഞ്ഞു.

തീറ്റ കഴിഞ്ഞ കുഞ്ഞിപ്പാത്തു ചക്ക നന്നാക്കാൻ തുടങ്ങിയിരുന്നു.

"ഉമ്മ ഒരുപാത്തിരുന്നോളീ. ഇതൊക്കെ ഞാൻ ചെയ്തോണ്ട്."

കുഞ്ഞിപ്പാത്തു പറഞ്ഞതുകേട്ട് ഉമ്മായ്ക്ക് തേങ്ങലടക്കാനായില്ല.

കാര്യം പറയുമ്പോൾ കുഞ്ഞിപ്പാത്തുവിന് ഒരസുഖവുമില്ല. നാലാളുടെ പണി ഒറ്റയ്ക്കു ചെയ്യും.

"ഉമ്മയെന്തിനാ നെലോളിച്ചണത്?ഇനിക്ക് ഒരു സൂക്കേടൂല്ല."

"അതാ നേര്. എടക്ക് വെറുതേ സീനുണ്ടാക്കുന്നതാ. മനുഷ്യരെ മെനക്കെടുത്താൻ." ജമീല അരിശത്തോടെ പറഞ്ഞു.

"ഇയ്യിന്നെക്കൊള്ള വരണ്ട. ഇന്റെ കൊമ്പു കണ്ടോ....കുത്തി കൊടലു ഞാനെടുക്കും."

അവൾ കൈ രണ്ടും കൊമ്പുപോലെ ഉയർത്തിവച്ച് കാള ചാടുന്നതുപോലെ ജമീലയുടെ നേരെ ചാടി.

"മോളേ...."

ഇയ്യാത്തുമ്മ ദയനീയമായി നിലവിളിച്ചു.

"ഇന്നെക്കൊള്ള ആരു വന്നാലും ഞാൻ കുത്തും. ഞാൻ നേർച്ചക്കാളയാ. കോട്ടേലെ കുട്ടൻ. നേർച്ചക്കാളേനെ നോവിച്ചാ കോട്ടേലെ ഔലിയ പൊറുക്കൂലാ."

ഉറക്കെ പറഞ്ഞുകൊണ്ട് അവൾ മുറ്റത്തേക്കിറങ്ങി.

പോകുന്ന പോക്കിൽ അയലിൽ കിടന്ന പച്ചത്തട്ടമെടുത്ത് തോളത്തിട്ടു.

"കോട്ടേലെ കുട്ടൻ....തേങ്ങാപ്പിണ്ണാക്കാ. ഓക്ക് ഇന്നെക്കാണുമ്പം മാത്തരം പെരാന്ത്...ഇക്കളി അധികം നീളൂലാ..."ജമീല കലിതുള്ളി.

ഇനി നാടാകെ അലഞ്ഞുതിരിഞ്ഞിട്ടേ കുഞ്ഞിപ്പാത്തു തിരിച്ചെത്തൂ. സ്വന്തം നാടായതുകൊണ്ടും നാട്ടാർക്കെല്ലാം അവളെ അറിയുന്നതുകൊണ്ടും മാത്രമാണ് സമാധാനത്തോടെ വീട്ടിലിരിക്കുന്നത്. എന്നാലും ഈയിടെയായി ഇയ്യാത്തുമ്മയ്ക്ക് വെപ്രാളമാണ്. കോലത്തിൽ തുണി ചുറ്റിയത് കണ്ടാലും വിറളിപിടിക്കുന്ന ചെറുപ്പക്കാരാണ് ഏറെയും. പെണ്ണുങ്ങൾക്കു നേരെയുള്ള അതിക്രമങ്ങളെക്കുറിച്ച് നിത്യേനയെന്നോണം പുതിയ പുതിയ കഥകളാണ് കേൾക്കുന്നത്. കുഞ്ഞിപ്പാത്തുവാണെങ്കിൽ കാണാനും നന്ന്. എപ്പോഴും വൃത്തിയായിട്ടേ നടക്കൂ.

"കിണി കിണി..... കിലു കിലു....." നടക്കുമ്പോൾ അവൾ പറഞ്ഞുകൊണ്ടിരിക്കും.

"ഇന്റെ കയ്ത്തിലെ കൊടമണിയൊന്നയിച്ചു തരോ?"

പരിചയക്കാരെ കണ്ടാലുടൻ അവൾ ചോദിക്കും. അവർ നല്ല വാക്കു പറഞ്ഞ് അവളെ വീട്ടിലെത്തിക്കുകയാണു പതിവ്. പശുവിനെ മേയാൻ വിടുന്ന കുന്നിൻചെരുവിലാണ് അവൾ ചെന്നിരിക്കുക. വെയിലായാലും മഴയായാലും ഒരേ ഇരിപ്പ്.

"ഇന്റെ റബ്ബേ....ഇന്റെ കുട്ടിയെ കാത്തോളണേ...." ഇയ്യാത്തുമ്മ പതിവുപോലെ രണ്ടു കൈയും മേലോട്ടുയർത്തി അള്ളാഹുവിനോടു തേടി.

"എന്തെങ്കിലും അനർഥം വരുത്തിവച്ചാലേ ഈ നടപ്പ് തീരൂ." ജമീല പതിവുപോലെ കുത്തുവാക്കു പറഞ്ഞു. അതിനു മറുപടി പറയാതെ ചക്ക നന്നാക്കുമ്പോഴും ഇയ്യാത്തുമ്മയുടെ ഖൽബിൽ തീയായിരുന്നു. വയസ്സ് മുപ്പത്തഞ്ചു കഴിഞ്ഞു കുഞ്ഞിപ്പാത്തുവിന്. പതിനഞ്ചാം വയസിൽ ബാപ്പ മരിച്ചതുമുതൽ അവൾ അടുക്കളപ്പണിക്കു പോയിത്തുടങ്ങിയതാണ്. അവൾ പണിയെടുത്തിട്ടാണ് ആങ്ങളമാരെ രണ്ടുപേരെയും വളർത്തിയത്. കുടുംബം പോറ്റിയത്. എന്നിട്ടിപ്പോൾ....കല്യാണം കഴിഞ്ഞതോടെ രണ്ടുപേർക്കും പെങ്ങളെ വേണ്ട. അവളെ കെട്ടിച്ചുകൊടുക്കണമെന്നു ചിന്തയുമില്ല. അതൊന്നും അവൾക്കൊരു പ്രശ്നമായിരുന്നില്ല.

"ഇന്റെ കൈക്കും കാലിനും ആബദുള്ളിടത്തോളം കാലം ഞാൻ നയിക്കും. ഉമ്മ ബേജാറാവണ്ട."

അവളുടെ കാര്യമോർത്ത് ഉരുകുന്നതു കാണുമ്പോൾ അവൾ സമാധാനിപ്പിക്കുമായിരുന്നു. മണ്ടിപ്പാഞ്ഞു നടന്നിരുന്ന കുട്ടിയായിരുന്നു...കാദറ് മുതലാളിയുടെ വീട്ടിൽ അടുക്കളപ്പണിക്കു നിൽക്കുന്ന സമയത്താണ് അവൾക്ക് ഗൾഫിൽ പോകാൻ വിസ തരമായത്. അവളുടെ പങ്കപ്പാടു കണ്ട് മനമലിഞ്ഞ മുതലാളിയുടെ ഭാര്യയാണ് അവരുടെ ഏതോ പരിചയക്കാരിയോടു പറഞ്ഞ് വിസ ശരിയാക്കിക്കൊടുത്തത്.

"ബാല്യക്കാരത്തി ഒറ്റയ്ക്ക് അന്യദേശത്ത് പോവ്വേ? അതൊന്നും വേണ്ട. ചെക്കന്മാര് മുതിർന്നീലേ. ഇനി ഓല് നയിച്ച് ഉമ്മാനീം പെങ്ങളേം പോറ്റട്ടെ."

കേട്ടതും എതിർത്തു.

"പേടിക്കാനൊന്നുമില്ല. ഞമ്മക്ക് നല്ലോണം അറിയുന്നോലാ ഓളെ കൊണ്ടോവണത്. ഓലെ മുതലാളി അറബീന്റെ പൊരേല് വെപ്പുപണിക്കാ. മാസം അയ്യായിരം ഉറുപ്യ ശമ്പളം കൊടുക്കും. ഒന്നരക്കൊല്ലം കയീമ്പം ഓക്കിങ്ങ് പോരാം."

കാദറു മുതലാളിയുടെ ഭാര്യ വാക്കുതന്നതുകൊണ്ടാണ് പറഞ്ഞയച്ചത്. ഒന്നരക്കൊല്ലമെന്നും പറഞ്ഞിട്ട് രണ്ടുകൊല്ലം കഴിഞ്ഞാണ് തിരിച്ചുവന്നത്. മൂത്തവനുള്ള വിസയുമായാണ് അവൾ എത്തിയത്. അവളുടെ മുതലാളിയുടെ സ്നേഹിതന്റെ വീട്ടിൽ ഡ്രൈവറായിട്ട്.

"ഇനി ഇന്റെ കുട്ടി പോണ്ട. ഓൻ നയിച്ച് കുടുംബം പോറ്റിക്കോളും" അവൻ അക്കരെ കടന്നപ്പോൾ പറഞ്ഞു നോക്കിയതാണ്.

"മടങ്ങിച്ചെല്ലാമെന്നു പറഞ്ഞിട്ടാ അനിയനു വിസ തന്നത്. അപ്പം പിന്നെ ചെല്ലാതിരുന്നാ നന്ദികേടല്ലേ? ബീടന്മാർ മൂന്നാളുണ്ടെങ്കിലും ഇന്റെ മൊലാളി പടച്ചോനെപ്പേടിയുള്ള ആളാ. അറബിച്ചീം നല്ല കൂട്ടത്തിലാ. ഒരിക്കക്കൂടി പോണം. ചെറിയോനിക്കുംകൂടി ഒരു വിസ ശരിയാക്കീട്ട് ഇങ്ങട്ട് പോരാം."

വാക്കുകളിൽ ആത്മവിശ്വാസം. ചെറിയോനെ അവൾതന്നെ വെൽഡിംഗ്പണി പഠിക്കാൻ ചേർത്തിട്ടാണ് തിരിച്ചുപോയത്.

മൂത്തവൻ അവിടെച്ചെന്ന് അധികം താമസിയാതെ കൂടുതൽ ശമ്പളം കിട്ടുന്ന പണി കണ്ടുപിടിച്ചെന്നും അതോടെ അവളുടെ മുതലാളി

ഇടഞ്ഞെന്നുമൊക്കെ കത്തുണ്ടായിരുന്നു. പിന്നീട് കുറേ കാലത്തേക്ക് യാതൊരു വിവരവുമില്ല. മാസാമാസം പണം കൃത്യമായി എത്തിക്കും. വല്ലപ്പോഴും ഒന്നു ഫോൺ വിളിക്കും . മൂത്തവൻ ലീവിൽ വന്നു.

"കുഞ്ഞിപ്പാത്തുനെ ഇയ്യ് പോരുമ്പം കണ്ടീർന്നോ?"

അവനോടു ചോദിച്ചു.

"ഞാൻ കണ്ടീലാ. ഫോണ് വിളിച്ചാ ഓല് വിളിച്ചു തരൂലാ."

"ഇയ്യ് വിശ്വാസക്കേട് കാണിച്ചിട്ടല്ലേ?"

"ഇങ്ങളെ മോള് അറബീന്റെ വെപ്പാട്ടിയായിട്ട് ജീവിക്കണതും കണ്ട് ആടെ നിക്കണോന്നാ ഇങ്ങള് പറേന്നത്?" അവൻ കുരച്ചുചാടി.

"എന്താണ്ണീ ഇയ്യ് പറേണത്?"

"ഞാനൊന്നും പറഞ്ഞീലാ. ഇങ്ങളിക്കാര്യം ആരോടും പറയണ്ടാ. ഇനിക്ക് മുന്തിയ കല്യാണാലോചനകളൊക്കെ വരണ സമയാ." അവൻ താക്കീതു ചെയ്തു.

അവൻ ആഗ്രഹിച്ചതുപോലെ മുന്തിയ പെണ്ണിനെ കല്യാണം കഴിച്ച് കൊശിയാക്കി മടങ്ങിപ്പോവുകയും ചെയ്തു. അതിനിടയിൽ ഇളയവൻ ആക്സിഡന്റിൽപ്പെട്ട് കാലൊടിഞ്ഞു. ചികിത്സിക്കാൻ പണം ഏറെയായി. വിവരം അറിയിച്ചപ്പോൾ ചികിത്സയ്ക്കുള്ള പണവും അവൾതന്നെ അയച്ചുതന്നു. അവനും ഇന്നു സ്വന്തം കാലിൽ നിൽക്കാനായി. ഇപ്പോൾ ഇത്താത്ത അവർക്കെല്ലാം അപമാനമാണ്.

മൂന്നു കൊല്ലം കഴിഞ്ഞ് തിരിച്ചെത്തിയപ്പോൾ അവൾ ആകെ മാറിയിരുന്നു. അന്തംവിട്ടതുപോലുള്ള നോട്ടം. ആരോടും മിണ്ടാട്ടമില്ല. എന്നാലും വീട്ടുപണിയൊക്കെ ചെയ്തോളും. ചില ദിവസങ്ങളിൽ രാത്രി ഉറക്കമില്ല. പുലർച്ചെ മൂന്നു മണിക്കെഴുന്നേറ്റ് പണി തുടങ്ങും. ഒരുമിനുട്ടും വെറുതേയിരിക്കില്ല....

ഒരുദിവസം രാത്രി എഴുന്നേറ്റിരുന്ന് പെരുംനിലവിളി.

"ഇമ്മച്ചീ....ഇന്റെ കയ്ത്തിലാരോ ഒരു കൊടമണി കെട്ടിത്തൂക്കീട്ട് മണ്ടിപ്പോയി. ഇത് കണ്ടോ കിണി കിണി....ഇന്നെ പള്ളിക്കലേക്ക് നേർച്ചയാക്കിയതാണോലേ. നാടായ നാടെല്ലാം തെണ്ടി അവസാനം പള്ളിയിൽ എത്തിക്കോളണമെന്നു പറഞ്ഞിട്ടാ തങ്ങളുപ്പാപ്പ പോയത്."

"ഇയ്യ് വെറുതേ ഓരോന്നു നെനച്ചുണ്ടാക്കല്ലേ. മനസ്സ് ബേജാറായിട്ടാ ഓരോന്നു തോന്നണത്."

"അല്ലുമ്മാ, തങ്ങളുപ്പാപ്പാനെ ഞാൻ കണ്ണോണ്ട് കണ്ട്. ഇബിടെ കയിഞ്ഞ കൊല്ലം നേർച്ചക്കാളേനേംകൊണ്ട് ഒരിപ്പാപ്പാ വന്നില്ലേ, പൊറത്ത് പച്ചപ്പട്ടും കയ്ത്തില് കൊടമണിയും തൂക്കിയ കാളേം കൊണ്ട് വന്ന ഇപ്പാപ്പേനെ ഉമ്മ മറന്നോ? ആ ഇപ്പാപ്പയാ ഇന്നോടു പറഞ്ഞത്. ഞാൻ നേർച്ചക്കാളയാണെന്നും ഇനി ഒന്നോണ്ടും പേടിക്കണ്ടാന്നും. ഇനി ഇനിക്കാരേം പേടിയില്ല."

"കയിഞ്ഞകൊല്ലം ഇയ്യ് ഗൾഫിലല്ലേനോ? ഇബിടാരും ബന്നിട്ടില്ല."

വെറുതേ അവളെ പകച്ചുനോക്കി.

പണ്ടെപ്പോഴോ ഒരു കാളക്കൂറ്റൻ അലഞ്ഞുതിരിഞ്ഞ് ഈ നാട്ടിലെത്തിയിരുന്നു. നാട്ടുകാർ അതിനു കോട്ടേലെ കുട്ടൻ എന്നു പേരിട്ടു കഴുത്തിൽ കൊടമണി തൂക്കി. കാടിയും വൈക്കോലും മുടങ്ങാതെ കൊടുത്തൂ...കുറേക്കാലം കാള പള്ളിപ്പറമ്പിൽ അലഞ്ഞുതിരിഞ്ഞിരുന്നു. കാണാതായ കന്നുകാലികളെ വീണ്ടുകിട്ടാനും കാലികളുടെ രോഗം മാറാനും നാട്ടുകാർ കോട്ടേലെ കുട്ടന് പുല്ലും വൈക്കോലും നേർച്ച കൊടുക്കുമായിരുന്നു. കുറേക്കാലം കഴിഞ്ഞപ്പോൾ കാള മറ്റെങ്ങോ പോയി. അന്ന് കുഞ്ഞിപ്പാത്തുവിന് വയസ്സ് അഞ്ച്. ഇപ്പോൾ പെട്ടെന്ന് അവൾക്ക് അക്കാര്യം ഓർമവരാൻ എന്താണാവോ കാരണം?

"ഇന്റെ കയ്ത്തിലെ കൊടമണി ആരെങ്കിലുമൊന്ന് അയിച്ചു തരോ? കോട്ടേലെ കുട്ടന് പുല്ലില്ലേ?" എന്നു ചോദിച്ചുകൊണ്ട് അലഞ്ഞു തിരിയുന്ന കുഞ്ഞിപ്പാത്തു നാട്ടാർക്ക് തമാശയായിരുന്നു. ഇതെന്ത് സൂക്കേടാണാവോ? റുക്കിയ പറഞ്ഞതുപോലെ ആരോ മാരണം ചെയ്തതായിരിക്കും.

പടിക്കൽ ആരവാരം കേട്ട് ഇയ്യാത്തുമ്മ തല ഉയർത്തി. ആൾക്കൂട്ടം ഇങ്ങോട്ടാണല്ലോ...യാ അള്ളാ...ഇന്റെ കുഞ്ഞിപ്പാത്തുവല്ലേ ആ മണ്ടണത്...പിന്നാലെ ജനക്കൂട്ടവും...

പടിക്കലെത്തിയതും കുഞ്ഞിപ്പാത്തു നിന്നു കിതച്ചു. അവളുടെ മാക്സി അവിടവിടെ കീറിയിരുന്നു. തലയിൽ തട്ടമില്ല. കൈയിൽ വലിയൊരു മുളവടി....

"ഇന്റെ കൊടമണി ഒന്നയിച്ചു തരാൻ പറഞ്ഞപ്പോ ഓനിന്നെ തച്ചു. നേർച്ചക്കാളയെ തല്ലമ്പാടോ? എന്നിട്ടെന്റെ കൊമ്പിനൊരു പിടുത്തം. ഞാൻ വിടോ? കുത്തി മലത്തീലേ...ഇന്റെ കാവലിന് തങ്ങളുപ്പാപ്പണ്ട്."

"എന്താണ്യേ ഇയ്യ് പറേണത്...."

ഇയ്യാത്തുമ്മ ഉറക്കെ നിലവിളിച്ചു.

"തലക്കു സുഖല്ലാത്തോലെ ഇങ്ങനെ മേയാൻ വിടണോ...സ്കൂൾ കുട്ട്യേള് കല്ലെറിയണത് കണ്ടാ ചെന്നത്...ഓലെന്തോ തമാശ കാട്ടീന്നും പറഞ്ഞ് ഇബള് മൊളവടി വീശി ഓലെ പെരുന്തല്ല്. ഒരു ചെക്കന്റെ കാലൊടിഞ്ഞെന്നാ കേട്ടത്. ഏറെ നല്ല വാക്കു പറഞ്ഞിട്ടേ ഇന്റൊപ്പരം പോന്നത്. ഇനി ഇങ്ങനെ എറങ്ങി നടക്കാൻ അയക്കല്ലേ."

അയൽക്കാരൻ കണാരൻ വിഷമത്തോടെയാണ് പറഞ്ഞത്.

"കിണിം കിണിം.... എന്നെത്തൊട്ടാ കുത്തി മലത്തും."

മുടി അഴിച്ച് ഉറഞ്ഞുതുള്ളുന്ന കുഞ്ഞിപ്പാത്തുവിനെ നോക്കി ഇയ്യാത്തുമ്മ വാവിട്ടു കരഞ്ഞു. ജനക്കൂട്ടം ആട്ടം കണ്ടു രസിക്കുമ്പോഴാണ് അവരുടെ മകൻ വിവരം കേട്ടറിഞ്ഞ് ഓടിയെത്തിയത്. മുളവടി വീശി വട്ടംകറങ്ങുന്ന പെങ്ങളേയും വാവിട്ടു കരയുന്ന ഉമ്മയേയും നാടകം കണ്ടുരസിക്കുന്ന നാട്ടാരേയും കണ്ട് അയാൾ പൊട്ടിത്തെറിച്ചു.

"മതിയാക്കുന്നുണ്ടോ? ഉടപ്പിറപ്പായിപ്പോയില്ലേന്നുവച്ച് മിണ്ടാണ്ടിരുന്നിട്ടാ നെഗളിപ്പ് ഏറണത്. ഇപ്പെരാന്ത് മാറ്റീട്ടെന്നെ ഇനി ബാക്കി കാര്യള്ളൂ...."

അയാൾ കുഞ്ഞിപ്പാത്തുവിന്റെ കൈയിലെ മുളവടി പിടിച്ചുവാങ്ങി അവളെ പൊതിരെ തല്ലാൻ തുടങ്ങി.

"ഇന്നെ തച്ചാ തങ്ങളുപ്പാപ്പാ അന്നെ ബെറുതേ ബിടൂലാ കള്ളാ..." കുഞ്ഞിപ്പാത്തു അടി തടുത്തുകൊണ്ടു പറയുന്നുണ്ടായിരുന്നു.

"ഇപ്പളെങ്കിലും ഇങ്ങക്ക് പുത്തി ഉദിച്ചല്ലോ."

വാതിൽക്കൽ കാഴ്ച ആസ്വദിച്ചുകൊണ്ട് നിൽക്കുകയായിരുന്ന ജമീല എരികേറ്റി.....

"എടാ, മതിയാക്ക്. സുഖല്ലാത്ത കുട്ടീനെ....." ഇയ്യാത്തുമ്മ ഇടയിൽ കയറി തടസ്സം പിടിച്ചപ്പോൾ അയാൾ മുളവടി വലിച്ചറിഞ്ഞു.

"എന്തതിശയം കാണാനാ ഹമുക്കീങ്ങളെ ഇങ്ങളിവിടെ കൂടിനിക്കണത്? പോയിനെടാ?"

പടിക്കൽ കൂടിനിൽക്കുന്നവരോട് അരിശം തീർത്തിട്ട് അയാൾ വന്ന അതേ വേഗത്തിൽ തിരിച്ചുനടന്നു.

തളർന്നവശയായി മുറ്റത്ത് ചടഞ്ഞിരിക്കുന്ന ഉമ്മയെ പിടിച്ചെഴുന്നേൽപ്പിച്ചുകൊണ്ട് കുഞ്ഞിപ്പാത്തു പറഞ്ഞു:

"ഉമ്മ ഒന്നോണ്ടും ബേജാറാവണ്ട. ഇനിക്ക് കാവലിന് തങ്ങളിപ്പാപ്പയുണ്ട്."

"ഇനി ഇന്റെ കുട്ടി പൊറത്തെറങ്ങി അലയരുതട്ടോ."

അതിനു മറുപടിയൊന്നും പറയാതെ അവൾ ചൂലെടുത്തു മുറ്റമടിക്കാൻ തുടങ്ങി...

ഇയ്യാത്തുമ്മ ചോറുതിന്ന് അകത്തേക്കു പോകുമ്പോൾ കുഞ്ഞിപ്പാത്തു കിണറ്റിൻ കരയിലിരുന്നു പാത്രങ്ങൾ കഴുകുന്നുണ്ടായിരുന്നു.

പാത്രങ്ങൾ കഴുകി അടുക്കള വൃത്തിയാക്കി അവൾ കുളി കഴിഞ്ഞെത്തുമ്പോൾ അസറ് ബാങ്കു കൊടുക്കുന്നുണ്ടാവും. പണിയുള്ളപ്പോൾ അവൾ അലഞ്ഞുതിരിയാൻ പോകാറില്ല. ഉള്ളുരുക്കങ്ങൾ എണ്ണിപ്പെറുക്കിയും മേലോട്ടേക്ക് സങ്കടഹരജി അയച്ചും കിടക്കുന്നതിനിടയിൽ മയങ്ങിപ്പോയതറിഞ്ഞില്ല . ഉമ്മറത്ത് ബഹളം കേട്ടാണ് ഞെട്ടിയുണർന്നത്.വേവലാതിയോടെ ഓടിച്ചെന്നു. കുഞ്ഞിപ്പാത്തുവും ജനക്കൂട്ടവും ആരവാരത്തോടെ മുറ്റത്ത്. ഇത്തവണ ജനം രോഷത്തിലായിരുന്നു.

"തലയ്ക്കു സുഖല്ലാത്തോളെ മേയാൻ വിടരുതെന്ന് പറഞ്ഞതല്ലേ... മൊയ്തീൻകുട്ടിന്റെ തല കരിങ്കല്ലുകൊണ്ട് അടിച്ചുപൊട്ടിച്ചിട്ടാ ഈ വരവ്" ആൾക്കൂട്ടത്തിൽ നിന്നാരോ പറയുന്നു.

അവർ കുഞ്ഞിപ്പാത്തുവിനെ കല്ലേറിയുകയും തെറിവിളിക്കുകയും ചെയ്യുന്നുണ്ടായിരുന്നു.

"ഇന്നെ തൊട്ടാ ആരായാലും ഞാൻ കുത്തി മലത്തും. കൊടമണി അയിച്ചു തരോന്ന് ചോയിച്ചപ്പം ഓനിന്നെ കേറി പൂണ്ടക്കമൊരു പിടി.... ഇന്റെ മാക്സി ഓൻ ബലിച്ചു കീറി....കണ്ടീലേ....അപ്പം തങ്ങളുപ്പാപ്പയാ ഇന്നെ രച്ചിക്കാനെത്തിയത്. ഇന്റെ കൊമ്പങ്ങ് നീണ്ടു...."

"യാ ഇലാഹീ...ഇന്റെ കുട്ടീനെ ഓനെന്തേ കാട്ടീത്...." ഇയ്യാത്തുമ്മയുടെ സ്വരം വിറച്ചു.

“ഓനിന്നെ തള്ളി നെലത്തിട്ട് നെഞ്ഞത്ത് കേറിയിരുന്നു. അപ്പളാ കരിങ്കല്ലോണ്ട്....”

“മതിയാക്ക് അന്റെ പെരാന്ത്. മൊയ്തീൻകുട്ടീന്റെ സ്ഥിതി മോശാ.... തല പൊട്ടി ചോരവാർന്നുപോയി. ആസ്പത്രീലെത്തിച്ചിട്ടുണ്ട്. എന്തെങ്കിലും പറ്റ്യാ ഉമ്മേം മോളും അയി എണ്ണും....”

കൈയിലും മുഖത്തും ചോരയൊലിപ്പിച്ച് കണ്ണിൽ കത്തിക്കാളുന്ന തീയുമായി നില്ക്കുന്ന മകളെ കണ്ട് ഇയ്യാത്തുമ്മയുടെ നിയന്ത്രണം വിട്ടു.

“അന്റെ സൂക്കേട് ഇന്ന് ഞാൻ മാറ്റും...അന്റെ കയ്ത്തിലെ മണി ഇന്നു ഞാൻ പൊട്ടിക്കും.”

ഇയ്യാത്തുമ്മ ജനക്കൂട്ടത്തിലേക്കു പാഞ്ഞുകയറി കുഞ്ഞിപ്പാത്തുവിനെ പിടിച്ചുവലിച്ച് താഴെയിട്ടു. അപ്പോഴാണ് മാവിൻചുവട്ടിൽ കിടക്കുന്ന മഴുത്തായ അവരുടെ കണ്ണിൽപ്പെട്ടത്.

“അന്റെ കാലിന്ന് ഞാൻ തച്ചൊടിക്കും....പിന്നെ തെണ്ടൂലാലോ.”

അവർ മഴുത്തായകൊണ്ട് കുഞ്ഞിപ്പാത്തുവിനെ തലങ്ങും വിലങ്ങും അടി തുടങ്ങി...

ജനം പല ചേരികളായി.

“തലയ്ക്കു സുഖല്ലാത്ത പെണ്ണിനോട് ഓനത് ചെയ്യാമ്പാടോ?” ഒരു കൂട്ടർ.

“വെളിവില്ലാത്തോരെ പെരക്കാത്ത് അടച്ചിട്ടൂടെ?”

ഇയ്യാത്തുമ്മ അതൊന്നും കേട്ടില്ല.

അവർ ഹാലിളകിയതുപോലെ മകളെ അടിച്ചുകൊണ്ടേയിരുന്നു.

“നേർച്ചക്കാളേനെ അടിക്കാമ്പാടില്ലുമ്മ....തങ്ങളുപ്പാപ്പാ....”

കുഞ്ഞിപ്പാത്തുവിന്റെ കരച്ചിൽ കേട്ടപ്പോൾ ഇയ്യാത്തുമ്മാ വടി വലിച്ചറിഞ്ഞ് തളർന്നിരുന്നു.

12

നീലക്കുന്നുകൾ ചുവന്നപ്പോൾ

അലാറമണി തുടരെ മുഴങ്ങിയിട്ടും പുതപ്പിനടിയിൽ ചുരുണ്ടുകൂടി വീണ്ടും മയക്കത്തിലേക്കു വഴുതിവീണപ്പോൾ ചിറ്റമ്മയുടെ ദയനീയസ്വരം ഉറക്കംകെടുത്തി.

"നാളെ അതിരാവിലെ പുറപ്പെടണമെന്നാ ചിറ്റപ്പൻ പറഞ്ഞിരിക്കെ ണത്. കണ്ണനെ കൊണ്ടുപൂവ്വാൻ ആസ്പത്രിക്കാര് എത്തണേന് മുന്നെ ഇനിക്ക് പോണം. ഇനിയൊന്നും കാണാനുള്ള കരുത്ത് ചിറ്റമ്മയ്ക്കില്ല കുട്ട്യേ..."

കരളുരുകിയ തേങ്ങൽ ചെവിയിലലച്ചപ്പോൾ ഞാൻ തണുപ്പുമറന്നു. ദേഹം വിയർത്തു. പുതപ്പു മാറ്റി പിടഞ്ഞെഴുന്നേറ്റു.

കർട്ടൻ മാറ്റി ജനൽ തുറന്നപ്പോൾ ഈറൻകാറ്റ് മുറിയിലേക്ക് തള്ളി ക്കയറി. നീലഗിരിക്കുന്നുകൾ വെള്ളപ്പുതപ്പു മാറ്റി ഉണരാൻ തുടങ്ങിയിരി ക്കുന്നു. ആകാശത്തിനു ചാരനിറം. കുന്നിൻചരിവുകളിലെ തണൽമര ങ്ങൾക്കിടയിൽ അപ്പോഴും ഇരുട്ട്.

"രാവിലെ തുടങ്ങിയോ സ്വപ്നം കാണൽ. ചിറ്റമ്മ കാത്തിരിക്കും. അവർക്ക് കഴിക്കാനുള്ള ഭക്ഷണം ഒരുക്കണ്ടേ?"

അദ്ദേഹം വന്ന് ചുമലിൽ കൈവച്ചപ്പോൾ ഒന്നും മിണ്ടാൻ കഴി യാതെ ഞാൻ കണ്ണുംനിറച്ചു നിന്നു.

"അവർക്കുവേണ്ടി ഇനി ഇതുകൂടി നമുക്കു ചെയ്യാം."

അദ്ദേഹത്തിന്റെ സ്വരത്തിലും തേങ്ങൽ.

ഞാൻ ഒന്നും ഉരിയാടാതെ അടുക്കളയിലെക്കു നടന്നു. ഇഡ്ഡലി ച്ചെമ്പിൽ വെള്ളമൊഴിച്ചു ഗ്യാസ് കത്തിക്കുമ്പോഴും ഇഡ്ഡലിത്തട്ടിൽ നെയ്പുരട്ടി മാവൊഴിക്കുമ്പോഴുമൊക്കെ ചിറ്റപ്പനും ചിറ്റമ്മയുമായിരുന്നു എന്റെ ഉള്ളിൽ. എല്ലാ കാര്യങ്ങളിലും അടുക്കും ചിട്ടയും വേണം ചിറ്റപ്പന്.

ഒരു സ്കൂൾകുട്ടിയെപ്പോലെ ചിറ്റമ്മയെ എപ്പോഴും നിയന്ത്രിച്ചുകൊണ്ടിരിക്കുക ചിറ്റപ്പന്റെ പതിവായിരുന്നു.

"ഈ അച്ഛന് അമ്മയെ ഒന്നു വെറുതെ വിട്ടാലെന്താ? അമ്മയ്ക്കൊന്ന് പറഞ്ഞൂടെ ഈ നിയന്ത്രണം വേണ്ടാന്ന്."

കണ്ണേട്ടൻ പരിഹസിക്കുമ്പോൾ ചിറ്റമ്മ വെറുതേ ചിരിക്കും. ചിറ്റപ്പന്റെ ഒരു പ്രവൃത്തിയോടും ചിറ്റമ്മയ്ക്ക് എതിരില്ലായിരുന്നു. ചിറ്റപ്പന്റെ അകന്ന ബന്ധത്തിൽപ്പെട്ട സഹോദരിയുടെ മകളാണ് ഞാൻ. അച്ഛൻ വെപ്പാട്ടിയുടെ കൂടെ താമസം മാറ്റിയപ്പോൾ അമ്മ ഒരു മുഴം കയറിൽ ജീവനൊടുക്കി. ഒരൊഴിവുകാലത്ത് നാട്ടിലെത്തിയ ചിറ്റപ്പൻ വീട്ടിലെത്തുമ്പോൾ ഞാൻ അച്ഛന്റെ വെപ്പാട്ടിയുടെ അടികൊണ്ട് തേങ്ങുകയായിരുന്നു.

"എന്തിനാ സുന്ദരീ കരേണത്? പെൺകുട്ട്യോള് കരഞ്ഞാ കാണാൻ ഒരു ചേലുണ്ടാവില്ല. നീ പോരണോ ഞങ്ങടെകൂടെ? ഇവളെക്കൂടെ അങ്ങട് കൊണ്ടുപൂവ്വാം. കണ്ണനൊരു കൂട്ടായിട്ടാകുമല്ലോ. എന്താ സുഭദ്രേ?"

"കുട്ടി പോരണോ?"

ചിറ്റമ്മ എന്നെ അണച്ചുപിടിച്ചിട്ട് ചോദിച്ചു.

"ഊം...."

എന്റെ കരച്ചിൽ ചിരിയായി.

"ആട്ടെ, നീ ഞങ്ങളെ എന്താ വിളിക്ക്യാ?"

"ചിറ്റമ്മാന്ന്."

നാക്കിൻതുമ്പത്ത് വന്നത് ഞാനങ്ങു പറഞ്ഞു.

"മിടുക്കി. അപ്പോ ഞാൻ ചിറ്റപ്പൻ. കൊള്ളാം."

ചിറ്റപ്പൻ അതംഗീകരിച്ചപ്പോൾ എനിക്ക് അഭിമാനം.

"അയ്യേ ഈ പീക്കിരിപ്പെണ്ണിനെ അങ്ങട് കെട്ടിയെടുക്കണ്ട."

അവർ രണ്ടുപേരും എന്നെ ഓമനിച്ചത് ഒട്ടും ഇഷ്ടപ്പെടാത്ത കണ്ണേട്ടൻ ഉടനെ പ്രതിഷേധിച്ചു.

"കണ്ണനോട് ചോദിച്ചില്ല."

അച്ഛൻ വരുന്നതുവരെ കാത്തിരുന്നു ചിറ്റപ്പൻ. കേട്ടപ്പോൾ അച്ഛനും സന്തോഷം. അമ്മയുടെ കടുംകൈ അച്ഛനെ വല്ലാതെ തളർത്തിയിരുന്നു.

"അവളെങ്കിലും എന്നെ വെറുക്കാതിരിക്കട്ടെ."

എന്റെ കുഞ്ഞിക്കൈ ചിറ്റപ്പനെ ഏൽപ്പിക്കുമ്പോൾ അച്ഛൻ വിതുമ്പുന്നുണ്ടായിരുന്നു. പിന്നീട് ഞാൻ അച്ഛനെ കണ്ടിട്ടില്ല. ഞാൻ പോന്നതോടെ അച്ഛൻ നാടുവിട്ടെന്നും ഇപ്പോൾ ഒരു വിവരവുമില്ലെന്നുമൊക്കെ ബന്ധുക്കൾ ചിറ്റപ്പനെ എഴുതി അറിയിച്ചത് ചിറ്റമ്മ എന്നോടു പറഞ്ഞിരുന്നു. പക്ഷേ, എനിക്ക് അതൊക്കെ പഴങ്കഥകളായി മാറിയിരുന്നു. ഞാൻ ജനിച്ചതും വളർന്നതും ഈ നീലമലമടക്കുകളിൽ. എനിക്ക് ഭൂതകാലമില്ലായിരുന്നു. വലുതാകുന്തോറും അങ്ങനെ വിശ്വസിക്കാനാണ് ഞാൻ ഇഷ്ടപ്പെട്ടത്.

നാട്ടിൽ കൊടുംവേനൽ കത്തിക്കാളിക്കൊണ്ടിരുന്നപ്പോഴാണ് ഞാൻ ഈ കുന്നിൻനഗരിയിൽ എത്തിയത്. കാറ് കുന്നു കയറാൻ തുടങ്ങിയതോടെ

ദേഹം തണുത്തുതുടങ്ങി. ഇരുവശത്തുമുള്ള കുന്നും മലയും കാറ്റാടി മരങ്ങളും ഞാൻ കണ്ണിമവെട്ടാതെ നോക്കിക്കണ്ടു. ഇടയ്ക്കിടെ ഓരോന്നു ചോദിച്ചപ്പോൾ കണ്ണേട്ടന് അരിശം.

"ആ മരങ്ങളും കുന്നുകളുമൊക്കെ നീലച്ചു കാണണതെന്താ?"

"ഈ പെണ്ണിനോടൊന്ന് വായടയ്ക്കാൻ പറയണുണ്ടോ അമ്മേ."

"അവള് നിന്റെ കുഞ്ഞിപ്പെങ്ങളല്ലേ കുട്ടാ. നിനക്ക് പിച്ചാനും വഴക്കുപറയാനും കളിക്കാനുമൊക്കെ ഒരനിയത്തിക്കുട്ടിയെ വേണോന്ന് കുട്ടനല്ലേ ഇന്നാളൊരീസം അമ്മയോടു പറഞ്ഞത്."

ചിറ്റമ്മ പറഞ്ഞിട്ടും കണ്ണേട്ടന് സംശയം മാറിയില്ല.

"ആണോ അച്ഛാ?"

അവസാനതീരുമാനത്തിനായി കണ്ണേട്ടൻ അച്ഛനെ തോണ്ടി.

"എന്താപ്പോ കുട്ടനറിയേണ്ടത്?"

ചിറ്റപ്പൻ പതിവു ഗൗരവഭാവത്തിൽ ചോദിച്ചു.

"അമ്മ പറഞ്ഞത് നേരാണോ? ഈ പെണ്ണ് അനിയത്തിക്കുട്ടിയാണോ?"

"ആണല്ലോ."

" പെണ്ണേ കേട്ടല്ലോ. ഞാൻ നിന്റെ ഏട്ടനാണ്, വികൃതികാണിച്ചാൽ കിഴുക്കും ഞാൻ."

അപ്പറഞ്ഞത് പതുക്കെയായിരുന്നു.

ഞാൻ സന്തോഷത്തോടെ സമ്മതിച്ചു. കണ്ണേട്ടൻ എനിക്കെന്നും ഏട്ടനായിരുന്നു. കണ്ണേട്ടന് മദ്രാസ് മെഡിക്കൽ കോളെജിൽ അഡ്മിഷൻ കിട്ടാൻ ഞാൻ നേരാത്ത നേർച്ചകളില്ല. കിട്ടിയപ്പോൾ കണ്ണേട്ടനേക്കാൾ ആവേശം എനിക്കായിരുന്നു.

"മതി പെണ്ണേ."

ചിറ്റപ്പൻ കയർത്തപ്പോഴേ ഞാൻ ബഹളം അവസാനിപ്പിച്ചുള്ളൂ.

ചായക്കമ്പനിയിൽ മാനേജരായിരുന്നു ചിറ്റപ്പൻ. താമസിക്കാൻ ബംഗ്ലാവ്, കാറ്, സേവകർ. ഒന്നിനുമില്ല മുട്ട്. എങ്കിലും അടുക്കളയിൽ ആരേയും കയറ്റില്ല ചിറ്റമ്മ.

"അവറ്റയ്ക്ക് വൃത്തിയില്ല. എനിക്ക് വേറെന്താ പണി?"

അടുക്കളയിൽ കയറി വിയർത്തു ജോലിചെയ്യുന്നതു കണ്ട് ചിറ്റപ്പൻ കയർക്കുമ്പോൾ ചിറ്റമ്മ ചിരിച്ചുകൊണ്ട് പറയും.

"ഈ ചിറ്റമ്മയ്ക്ക് എങ്ങനെയാ എപ്പഴും ചിരിക്കാൻ കഴീണത്?"

ഞാൻ ചോദിക്കാറുണ്ട്.

"ചിരിയാണ് അമ്മേടെ ആരോഗ്യത്തിന്റെ രഹസ്യം. കണ്ടില്ലേ മുഖമൊക്കെ തുടുത്ത് നിന്നെക്കാളും സുന്ദരിയായിട്ടിരിക്കുന്നത്."

കണ്ണേട്ടന്റെ കുസൃതിവാക്കുകൾ കേൾക്കുമ്പോൾ ചിറ്റമ്മയുടെ മുഖം നാണത്താൽ ചുവക്കും.

"അയ്യേ അമ്മേടെ നാണം."

കണ്ണേട്ടൻ എരികയറ്റും. എല്ലാം കേട്ട് ഒന്നും കേൾക്കാത്തമട്ടിൽ ഗൗരവം ഭാവിക്കുമ്പോഴും ചിറ്റപ്പന്റെ മുഖത്ത് അഭിമാനം.

എപ്പോഴാണ് ചിറ്റമ്മയുടെ മുഖത്തെ പുഞ്ചിരി മാഞ്ഞ് കരച്ചിലായത്? ഉവ്വ് ആ ദിവസം എനിക്ക് ഇന്നും ഓർമ്മയുണ്ട്. ഞാൻ സ്കൂൾവിട്ടുവന്നപ്പോൾ ഉമ്മറം നിറയെ ആൾക്കാർ. ചിറ്റപ്പന്റെ ഓഫീസിലുള്ളവരും സുഹൃത്തുക്കളുമൊക്കെ കൂടിയിട്ടുണ്ട്. മുമ്പ് കണ്ടിട്ടില്ലാത്തവരും അക്കൂട്ടത്തിലുണ്ടായിരുന്നു. അവിടത്തെ മലയാളികൾക്ക് എന്തെങ്കിലുമൊരു പ്രശ്നം വന്നാൽ മുന്നിട്ടിറങ്ങുന്നത് ചിറ്റപ്പനാണ്. ആൾക്കൂട്ടം വീട്ടിൽ പതിവുമാണ്. ഞാനതു കാര്യമാക്കാതെ അകത്തേക്കു നടക്കാൻ തുടങ്ങുമ്പോഴാണ് കണ്ണേട്ടന്റെ മുറിയിൽ വിതുമ്പൽ കേട്ടത്. കണ്ണേട്ടൻ മദ്രാസിലാണല്ലോ. അപ്പോൾ....ഞാൻ പാളി നോക്കി.

കട്ടിലിൽ കമഴ്ന്നു കിടക്കുന്ന കണ്ണേട്ടനെ തലോടിക്കൊണ്ട് ചിറ്റമ്മ നിർത്താതെ തേങ്ങുന്നു.

“എന്താ....”

ചോദിച്ചതും ഞാനും വിങ്ങിപ്പൊട്ടി

ചിറ്റമ്മയുടെ കണ്ണീർ ഞാനതിനുമുമ്പ് കണ്ടിട്ടില്ല. എന്തുകേട്ടാലും ചിരിക്കുന്ന ചിറ്റമ്മ കരയുന്നോ? എന്റെ സംശയം ഞാനാരോടു ചോദിക്കും. കണ്ണേട്ടനല്ലേ എല്ലാ സംശയങ്ങൾക്കും മറുപടി തരാറുള്ളത്.

“കണ്ണേട്ടാ.....ഏട്ടാ ചിറ്റമ്മ കരേണു.”

ഞാൻ കണ്ണേട്ടനെ കുലുക്കിവിളിച്ചു. അനക്കമില്ലാഞ്ഞപ്പോൾ ഞാനാ മുഖം ബലമായി പിടിച്ചുയർത്തി. അയ്യോ ഇതാരാ....

ഞാൻ എഴുന്നേറ്റ് ചിറ്റമ്മയെ കെട്ടിപ്പിടിച്ചു.

എന്റെ കണ്ണേട്ടൻ സുന്ദരക്കുട്ടനായിരുന്നു. കണ്ണുകളിൽ കുസൃതി. മുഖം നിറയെ പ്രസരിപ്പ്. ഇപ്പോൾ ചത്ത കണ്ണുകളും വീർത്ത മുഖവും. കുറ്റിത്താടിയും.....

“ഇതെന്റെ കണ്ണേട്ടനല്ല....’

ഞാൻ ആർത്തുവിളിച്ചപ്പോൾ ചിറ്റപ്പൻ ഓടിവന്ന് എന്നെ പിടിച്ചു വലിച്ചു പുറത്തേക്കു കൊണ്ടുപോയി.

അതോടെ ഞങ്ങളുടെ വീട്ടിൽ ആരും ചിരിക്കാതായി. കണ്ണേട്ടൻ രാവും പകലും മൂടിപ്പുതച്ച് ഒരേ കിടപ്പ്. മകന് കാവലായി അമ്മയും മുറിയിലിരിപ്പായി. അടുക്കളയിൽ വേലക്കാരുടെ ഭരണം അസഹ്യമായപ്പോൾ ആരും പറയാതെ വീട്ടുകാര്യം ഞാനേറ്റെടുത്തു. പത്തിൽ പഠിക്കുകയായിരുന്നു ഞാൻ. എനിക്ക് പഠിത്തത്തിൽ ശ്രദ്ധ കുറഞ്ഞു.

“ഞങ്ങൾ എന്തു പാപം ചെയ്തിട്ടാ ദേവീ ഇങ്ങനെ? എന്റെ കണ്ണേട്ടനെന്തുപറ്റി?”

ഒഴിവുകിട്ടുമ്പോഴെല്ലാം ഞാൻ പരാതിയും പരിഭവവുമായി പൂജാമുറിയിലിരുന്നു.

“കുട്ടീ നീയും അവരുടെ വഴിയേ പോകാനാണോ പുറപ്പാട്?”

ഒരുദിവസം ചിറ്റപ്പൻ എന്നെ അണച്ചുപിടിച്ചു തേങ്ങിയപ്പോൾ എനിക്കു സഹിക്കാൻ കഴിഞ്ഞില്ല.

“കണ്ണേട്ടനെന്താ സംഭവിച്ചത്? പറ ചിറ്റപ്പാ?”

"മെന്റൽ ഡിപ്രഷനെന്നാ വിവരമുള്ള ഡോക്ടറന്മാർ പറേണത്. അവ നെന്തിനാ ഡിപ്രഷൻ? പരീക്ഷയിൽ തോറ്റതിനെന്താ? ഇനിയും എഴുതി ക്കൂടേ? ആരോടാ ചോദിക്ക്യാ?"

ചിറ്റപ്പൻ എന്റെ മുമ്പിൽ ഭാരമിറക്കി. ഞങ്ങൾ പരസ്പരം ആശ്വസി പ്പിച്ചു.

"നോക്ക് കുട്ടീ, അവനോ ഇങ്ങനെ ആയി. ഇപ്പോ അവന്റെ അമ്മേം ....നീയെങ്കിലും ഇവിടന്ന് രക്ഷപ്പെട്ടോളൂ"

ഒരുദിവസം ചിറ്റപ്പൻ പറഞ്ഞതുകേട്ട് ഞാൻ വല്ലാതെ പകച്ചു.

"സ്കൂൾപഠിപ്പ് നീയായിട്ട് നിർത്തി. സാരല്ല. നിനക്ക് ഞാനൊരാളെ തുണയായി കണ്ടുപിടിച്ചിട്ടുണ്ട്. നമ്മുടെ നാട്ടുകാരൻ തന്നെയാ. നല്ലവ നാ. നാളെ നിന്നെ കാണാൻ ഇവിടെ വരും. അവനിഷ്ടപ്പെട്ടാ ഉടനെ കല്യാണം നടത്താം. ആഘോഷായിട്ടൊന്നുമല്ല. ആഘോഷിക്കേണ്ടവർ....

ചിറ്റപ്പൻ മുഴുമിപ്പിക്കാതെ എന്നെ തുറിച്ചുനോക്കി.

"എനിക്കിപ്പം കല്യാണം വേണ്ട. കണ്ണേട്ടന്റെ അസുഖം മാറിയിട്ട്...."

"അവന്റെ അസുഖം മാറില്ല. ഒരുകൊല്ലായില്ലേ ചികിത്സിക്കുന്നു. മാറ്റണ്ടായില്ലാന്ന് മാത്രമല്ല ഏറുംചെയ്തു. അതവന്റെ വിധി. അതിനു നീ നിന്റെ വിധി മാറ്റി എഴുതാൻ നിരീച്ചാ വൈക്കോ?"

ഞാൻ എത്ര കരഞ്ഞുപറഞ്ഞിട്ടും കേൾക്കാതെ ചിറ്റപ്പൻ എന്റെ വിവാഹം ആർഭാടമില്ലാതെ നടത്തി. ചിറ്റമ്മ ഒരു പാവയുടെ മട്ടിൽ എല്ലാ റ്റിനും സാക്ഷിനിന്നു. ഈ വീട്ടിൽത്തന്നെ താമസിക്കാൻ അദ്ദേഹം ഒരു ക്കമായിരുന്നു. പക്ഷേ, ചിറ്റപ്പൻ സമ്മതിച്ചില്ല.

"ഇവിടെ അതിനുപറ്റിയ ഒരന്തരീക്ഷമല്ല. നിന്റെ ജീവിതം നരകമാ ക്കാനല്ല ഞാൻ നിന്നെ ഇങ്ങോട്ടു കൊണ്ടുപോന്നത്."

"അപ്പോ ഇവിടത്തെ കാര്യങ്ങളൊക്കെ ആരാ നോക്കുന്നത്?"

ഞാൻ കരഞ്ഞു.

"ഞാനില്ലേ?"

"ചിറ്റപ്പന് ആപ്പീസിൽ പോണ്ടേ?"

"അതൊക്കെ മതിയാക്കി. ആർക്കു വേണ്ടീട്ടാ സമ്പാദിക്കുന്നത്?"

അന്നുമുതൽ ചിറ്റപ്പനാണ് അടുക്കളഭരണം. വെപ്പുപണിയൊന്നും ചിറ്റപ്പനറിയില്ലായിരുന്നു. പുസ്തകം നോക്കിയും എന്നോടു ചോദിച്ചുമൊ ക്കെ ഓരോന്നായി വശമാക്കി.

"എന്നെ അന്യയായി കണ്ടിട്ടല്ലേ ഇങ്ങനെ...."

ഞാൻ തേങ്ങി.

"അല്ല കുട്ടീ എനിക്കുംവേണ്ടേ ഒരു തൊഴിൽ."

ചിറ്റപ്പന്റെ കണ്ണുകളിലെ നിസ്സഹായത എന്റെ നാവടക്കി. കണ്ണേ ട്ടൻ ചിലപ്പോൾ ആകെ കലികൊണ്ടവനാകും. കൈയിൽ കിട്ടുന്നതു കൊണ്ട് ദേഹോപദ്രവം ചെയ്തെന്നും വരും. അതുകൊണ്ടായിരിക്കാം ചിറ്റപ്പൻ ജോലിക്കാരെ ഓരോരുത്തരെ ആയി പറഞ്ഞയച്ചത്. ഇപ്പോൾ തോട്ടക്കാരൻ രാജു മാത്രമുണ്ട് കൂട്ടിന്.

"നീ ഇതുവരെ ഒരുങ്ങീലേ?"

അദ്ദേഹം അക്ഷമയോടെ വിളിക്കുന്നതു കേട്ട് ഞാൻ ഇഡ്ഡലിയും ചമ്മന്തിയും പാത്രത്തിലാക്കി. കാപ്പിനിറച്ച ഫ്ളാസ്ക്കൂടി കൂടയിൽവച്ച് തിരക്കിട്ട് കിടപ്പുമുറിയിലെത്തി. അലമാര തുറന്ന് ആദ്യം കണ്ട സാരി കൈയിലെടുത്തു. കഴിഞ്ഞ ഓണത്തിന് ചിറ്റപ്പൻ തന്ന ഓണക്കോടി ആയിരുന്നു അത്. നീറുന്ന നോവുകൾക്കിടയിലും കടമകളൊന്നും ചിറ്റപ്പൻ മറക്കാറില്ല. പത്തു കൊല്ലമായി കണ്ണേട്ടൻ മുറിയടച്ച് കിടക്കുന്നു. കാണിക്കാത്ത വൈദ്യന്മാരും ഡോക്ടർമാരുമില്ല. നാസ്തികനായ ചിറ്റപ്പൻ ചിറ്റമ്മയുടെ സമാധാനത്തിനുവേണ്ടി അമ്പലങ്ങളിലും തീർഥാടന കേന്ദ്രങ്ങളിലുമൊക്കെ കണ്ണേട്ടനെയുംകൊണ്ട് നടന്നതാണ്. എന്നിട്ടും ഒരു കുറവും കണ്ടില്ല. താടിയും മുടിയും വളർന്നു കൈകാലുകളിൽ നീരുകെട്ടി വീർത്ത് കണ്ണേട്ടന്റെ രൂപം തന്നെ മാറുകയും ചെയ്തു. കാണുന്നവർ ഭയപ്പെട്ടുപോകുന്നതാണ് ഇപ്പോഴത്തെ രൂപം. എന്നിട്ടും ചിറ്റമ്മയ്ക്ക് കണ്ണേട്ടൻ ഉണ്ണിതന്നെ. അരിശം മൂത്ത് കണ്ണേട്ടൻ ഉപദ്രവിച്ചാലുമില്ല പരാതി. ഈയിടെ വെള്ളപ്പാത്രംകൊണ്ട് തലയ്ക്ക് അടികിട്ടി. ചിറ്റമ്മയുടെ നെറ്റി മുറിഞ്ഞു. മയങ്ങിവീഴുകയും ചെയ്തു. ആ മുറിയിൽനിന്ന് മാറിനിൽക്കാൻ പറഞ്ഞാൽ ചിറ്റമ്മ അനുസരിക്കുകയുമില്ല. രാത്രി കിടപ്പും അവിടെത്തന്നെ. അതോടെയാണ് കണ്ണേട്ടനെ മെന്റൽ അസൈലത്തിലാക്കാൻ ചിറ്റപ്പൻ തീരുമാനിച്ചത്. ഒരു തീരുമാനമെടുത്താൽ ഇളകുന്ന പതിവ് ചിറ്റപ്പനില്ല.

"ഇന്റെ കുട്ടിയെ എങ്ങും വിടില്ല ഞാൻ."

ചിറ്റമ്മ നിർത്താതെ കരഞ്ഞു.

"നിന്റെ കുട്ടന്റെ സൂക്കേട് മാറണ്ടേ? ഇവിടെ ഇങ്ങനെയിട്ട് എത്രനാളാ നരകിപ്പിക്ക്യാ?"

"അവര് അവനെ വേണ്ടപോലെ അന്വേഷിക്ക്വോ ആവോ?"

"ഉവ്വ്. അതിനാണല്ലോ അവർക്ക് കാശു കൊടുക്കുന്നത്."

ചിറ്റപ്പൻ സമാധാനിപ്പിച്ചു.

ഇവിടത്തെ വീടും മറ്റു സമ്പാദ്യങ്ങളുമെല്ലാം വിറ്റ് ജീവിതകാലം മുഴുവൻ കണ്ണേട്ടനെ നോക്കാനാവശ്യമായ തുക ആശുപത്രിക്കാരെ ഏല്പിച്ചിരിക്കുകയാണ്. ഒരു മലയാളി ഡോക്ടറുടേതാണ് ആശുപത്രി. ഞങ്ങൾ ചെന്നുകണ്ടതാണ്. വൃത്തിയും വെടിപ്പും അർപ്പണബോധവുമുള്ള പരിചാരകരുമൊക്കെയുണ്ട്. എന്നാലും ചിറ്റമ്മയെപ്പോലെ ആവുമോ?

ചിറ്റമ്മയും ചിറ്റപ്പനും അതിനടുത്തുതന്നെ ഒരു ചെറിയ വീടു വാങ്ങി താമസം അങ്ങോട്ടു മാറ്റുകയാണ്. ഞങ്ങളുടെകൂടെ താമസിക്കണമെന്ന് ആവുംമട്ടു പറഞ്ഞിട്ടും കേട്ടില്ല.

"അവനെ ഇടയ്ക്കിടെ ചെന്നുകാണാൻ അതാ സൗകര്യം."

അങ്ങനെ പറഞ്ഞാണ് ഒഴിഞ്ഞത്. ആർക്കും ഒരിക്കലും ഭാരമാവുന്നത് ചിറ്റപ്പനിഷ്ടമല്ല.

"ഒന്നിങ്ങട് വരണുണ്ടോ?"

അദ്ദേഹം തിരക്കുകൂട്ടിയപ്പോൾ ഞാൻ കണ്ണീരടക്കി. ഉമ്മറവാതിലടച്ചു മുറ്റത്തേക്കിറങ്ങി. കാർ സ്റ്റാർട്ടു ചെയ്ത് കാത്തിരിക്കയായിരുന്നു. ഇവിടത്തെ തണുപ്പിൽ കാലത്തേ കാറൊന്നനങ്ങണമെങ്കിൽ കുറച്ചുസമയം വേണം. കുന്നിൻ മുകളിലെ മഞ്ഞുരുകി പുകയായി, മേഘമായി ആകാശത്തിലേക്ക് ഉയരുന്നു. രാവിലെ സ്വന്തക്കാരെ കാണാനിറങ്ങിയ ആത്മാക്കൾ തിരിച്ചു സ്വർഗത്തിലേക്കു മടങ്ങുകയായിരിക്കും. ഉരുകി ഉയരുന്ന മഞ്ഞുമുഴുവൻ എന്റെ ദേഹത്തു കയറിയതുപോലെ ഞാൻ തണുത്തുവിറച്ചു.

"ഇങ്ങട് കയറൂ."

അദ്ദേഹം തിരക്കുകൂട്ടിയപ്പോൾ ഞാൻ കാറിൽ കയറി. വളരെ വേഗത്തിലാണ് കാറ് കുന്നിറങ്ങിയത്. വളവും തിരിവും വകവയ്ക്കാതെ ഒരേ സ്പീഡിൽ വണ്ടി മുന്നോട്ടു കുതിക്കുന്നു.

"ഒന്നു പതുക്കെ...."

സാധാരണരീതിയിൽ ഞാൻ പറയാറുള്ളതാണ്. അന്നു പക്ഷേ വീടണയാൻ എനിക്കും ധൃതിയായിരുന്നു. തല പുറത്തേക്കിട്ട് ഈറൻ കാറ്റും മഞ്ഞും ഉള്ളിലേക്കാവാഹിച്ചുകൊണ്ട് ഒന്നും മിണ്ടാതെ ഇരിക്കാനാണ് എനിക്കപ്പോൾ തോന്നിയത്. കാറ് പെട്ടെന്ന് നിന്നപ്പോൾ ഞാനാദ്യമൊന്ന് അമ്പരന്നു. അദ്ദേഹം വാതിൽ തുറന്നപ്പോൾ ഞാൻ തിരക്കിട്ടിറങ്ങി. വീടിന്റെ വാതിലുകൾ മലർക്കെ തുറന്നിട്ടിരുന്നെങ്കിലും എങ്ങും ഇരുട്ടായിരുന്നു. അങ്ങകലെ നിന്നെന്നപോലെ വെളിച്ചത്തിന്റെ ഒരു കീറ് കാണാനുണ്ടായിരുന്നു.

ചിറ്റപ്പനും ചിറ്റമ്മയും കണ്ണേട്ടന്റെ കസേരയിൽ അനക്കമറ്റ് ഇരിക്കുന്നത് ആ മങ്ങിയ വെളിച്ചത്തിൽ ഞാൻ കണ്ടു. കണ്ണേട്ടൻ കട്ടിലിലിരുന്ന് കൂട്ടുകയും കിഴിക്കുകയും ചെയ്യുന്നു.

"കണ്ണേട്ടാ പോണ്ടേ?"

ഞാൻ തേങ്ങലടക്കി ചോദിച്ചു.

"അടുക്കരുത്.....കൊല്ലും ഞാൻ."

അപ്പോഴാണ് കണ്ണേട്ടന്റെ കൈയിലെ നിലവിളക്ക് ഞാൻ കണ്ടത്. പുതിയ വീട്ടിൽ ചെല്ലുമ്പോൾ പൂജാമുറിയിൽ കത്തിക്കാൻ ചിറ്റമ്മ തേച്ചു മിനുക്കി വച്ചതായിരുന്നു ആ നിലവിളക്ക്. കണ്ണേട്ടന്റെ കണ്ണുകളിൽ മുമ്പെങ്ങും കാണാത്ത രൂക്ഷത. ഞാൻ പേടിച്ചരണ്ട് ചിറ്റമ്മയുടെ കൈയിൽ പിടിച്ചു. ചിറ്റമ്മയുടെ ദേഹത്തെ തണുപ്പ് എന്നിലേക്കരിച്ചുകയറിയപ്പോൾ ഞാൻ ആശ്രയത്തിനായി ചിറ്റപ്പന്റെ മടിയിൽ വീണു. ചിറ്റപ്പന്റെ ശരീരവും തണുത്തു മരവിച്ചിരുന്നു. എന്തുചെയ്യണമെന്നറിയാതെ ഞാനും കണ്ണേട്ടനെപ്പോലെ അലറാൻ തുടങ്ങി.

"അടുക്കരുത്....കൊല്ലും ഞാൻ...."

13

കർമപുസ്തകം

കണ്ണെത്തും ദൂരത്തെല്ലാം കട്ടപിടിച്ച ഇരുട്ടുമാത്രം. തണുപ്പ് പെരുവിരൽ മുതൽ അരിച്ചു കയറുന്നു. ആഴക്കടലിൽ കൈകാലിട്ടടിക്കാൻ തുടങ്ങിയിട്ട് നേരം ഏറെ ആയല്ലോ. എന്നിട്ടും ഒരു കൈയ്പോലും സഹായത്തിനായി നീളുന്നില്ല. ഞാനിപ്പോൾ മുങ്ങിത്താഴുമല്ലോ. താഴേയ്ക്കു നോക്കിയപ്പോൾ കിടുകിടെ വിറച്ചു. ഒരു ഭീമൻകൈയ് എന്റെ കാലുകളിൽ പിടികൂടിയിരിക്കുന്നു. കടൽ പിളർന്ന് കര പിളർന്ന് ആ കൈയ് എന്നെയുംകൊണ്ടു താഴുകയാണ്. താഴെ ആളിക്കത്തുന്ന തീക്കുന. അതിൽ വെന്തെരിയുന്ന മനുഷ്യരുടെ ദീനരോദനങ്ങൾ....... പാമ്പും തേളും കൃമികളും അരിച്ചുനടക്കുന്നു. ഒരു കരിമൂർഖൻ എന്റെ കാലിൽ ഇഴഞ്ഞുകയറിയപ്പോൾ ഞാൻ ശക്തിസംഭരിച്ച് ശരീരം കുടഞ്ഞു. നീരാളിപ്പിടുത്തം വിട്ടല്ലോ. ആഞ്ഞുനീന്തി. അങ്ങകലെ നേരിയൊരു വെളിച്ചത്തിന്റെ കീറ്. ഇപ്പോൾ എനിക്കു തണുപ്പില്ല. എന്നെ പൊതിഞ്ഞ ഇരുൾ മാറി. ചുറ്റും മങ്ങിയ വെളിച്ചം.

പണിപ്പെട്ടാണ് സീലുവച്ചടച്ച കൺപോളകൾ ഞാൻ തുറന്നത്. നേരിയ വെളിച്ചം കണ്ണിലടിച്ചതും ഷോക്കേറ്റതുപോലെ ശരീരമാകെ ഒന്നു പിടഞ്ഞോ? അവ്യക്തമായ ചില രൂപങ്ങൾ എന്റെ ചുറ്റിലുമുണ്ടോ? അവർ സഹായഹസ്തങ്ങളുമായി എന്റെ രക്ഷയ്ക്കായി അണിനിരന്നിരിക്കുന്നു. ഒരാൾ എന്നെ വലിച്ചു കരയ്ക്കു കയറ്റി ശരീരം തുടയ്ക്കുന്നു. എന്നെ ശുശ്രൂഷിക്കുന്നു. അവരോടൊരു നന്ദിവാക്കെങ്കിലും പറയണ്ടേ? പരിചയമുള്ള ആരെങ്കിലുമുണ്ടോ കൂട്ടത്തിൽ...ഞാൻ പണിപ്പെട്ട് ചുറ്റും കണ്ണോടിച്ചു. ആ മുഖം എവിടെയോ കണ്ടിട്ടുണ്ടല്ലോ.... ആരാണത്....ആഴക്കടലിൽനിന്ന് എന്നെ രക്ഷിച്ചത് ആ കൈകളായിരിക്കുമോ?

കണ്ണുതുറന്നെങ്കിലും കൈയിലേയും കാലിലേയും ചങ്ങലയ്ക്ക് അയവില്ല. വരിഞ്ഞു മുറുകുന്നു. തിരിയാനും മറിയാനും കഴിയുന്നില്ല.

ശ്വാസം മുട്ടുന്നു. നെഞ്ചിൽ പാറയെടുത്തുവച്ചതുപോലെ. തൊണ്ടയിൽ ഒന്നല്ല ഒരായിരം കൃമികൾ ഒന്നിച്ചരിച്ചു നടക്കുന്നു. നെഞ്ചിനകത്ത് കടന്നൽ കൂടുകെട്ടിയിരിക്കുന്നു. ശ്വാസം കഴിക്കുമ്പോൾ തേനീച്ച മൂളുന്നതുപോലെ. പാമ്പും തേളും ഇതാ വീണ്ടും എന്റെ കിടക്കയിൽ അരിച്ചെത്തുന്നു. പാമ്പുകൾ കാലിൽ ചുറ്റിപ്പിണയുന്നല്ലോ. എനിക്ക് പാമ്പിനെ പേടിയാണ്. ആരെങ്കിലും എന്നെ രക്ഷിക്കൂ. വാക്കുകൾ കിട്ടാതെ ഞാൻ തലയിട്ടുരുട്ടി.

"ആയിഷാ.....എന്നെ മനസ്സിലാകുന്നുണ്ടോ....."

പരിചിതമുഖം അലിവോടെ എന്റെ കൈപിടിച്ച് നാഡി പരിശോധിക്കുന്നു.

"ഓ മൈ ഗോഡ്...."

അയാൾ എന്തിനാ ഇങ്ങനെ പതറുന്നത്?"

"ഷി ഈസ് സിങ്കിങ്ങ്.... അവരുടെ ഹസ്ബന്റിനോടു കാര്യം പറയുകയായിരിക്കും നല്ലത്."

മറ്റൊരു മുഖം നിർവികാരമായാണ് പറഞ്ഞത്.

"നോ സർ.....ലെറ്റ് അസ് വെന്റിലേറ്റ് ഹേർ...."

"ഈസ് ദേർ എനി ഹോപ് ഡോക്ടർ?"

"ലെറ്റ് അസ് സീ....സിസ്റ്റർ ക്വിക്....."

ഇപ്പോൾ എനിക്കു കേൾക്കാം. കാണാം. പക്ഷേ, മിണ്ടാൻ വയ്യ. അവരിൽ പേരു വിളിച്ച ആളെ എവിടെയോ കണ്ട ഓർമയുണ്ട്. ആരാണ്...എവിടെയാണ്...എന്റെ തൊണ്ടക്കുഴിയിൽ ആരോ കുത്തിപ്പിടിച്ചിരിക്കുന്നു. ലാഹിലാഹാ ഇല്ലല്ലാഹ്.....മുഹമ്മദുറസൂലുല്ലാഹ്.....അങ്ങനെ ഞാൻ പറഞ്ഞോ...അറിയില്ല. ശബ്ദം പുറത്തു വരുന്നില്ലായിരിക്കാം. പക്ഷേ, എന്റെ നാവുകൾ കലിമ ചൊല്ലുന്നുണ്ട്....

"ഓ ഗോഡ്.....കാര്യം കുറച്ചു വിഷമത്തിലാണല്ലോ...."ആരാ പറഞ്ഞത്?

എനിക്കു ചുറ്റുമുള്ള രൂപങ്ങൾ മങ്ങിയ വെളിച്ചത്തിൽ നെട്ടോട്ടമോടുന്നത് ഇപ്പോൾ ഞാൻ അറിയുന്നുണ്ട്. അവരുടെ സംഭാഷണങ്ങളും എന്റെ കാതിൽ പതിയുന്നുണ്ട്. അവർ എന്റെ ശരീരത്തിൽ എവിടെയൊക്കെ സൂചികൾ കയറ്റുന്നു. കൈവിരലിൽ എന്തോ ക്ലിപ് ചെയ്യുന്നു. ആരോ ഒരാൾ എന്റെ ചുണ്ടുകൾ പതുക്കെ വിടർത്തി. സംസം വെള്ളം ഒഴിച്ചു തരാനായിരിക്കുമോ അവർ എന്റെ വായ് പിളർത്തിയത്. മക്കയിൽനിന്നും കൊണ്ടുവന്ന പുണ്യജലം ഞാൻ പ്ലാസ്റ്റിക് കുപ്പിയിലടച്ച് പേരെഴുതി ഒട്ടിച്ച് വീട്ടിലെ ഊണുമുറിയിലെ കണ്ണാടി അലമാരിയിൽ വച്ചിട്ടുണ്ട്. ഞാൻ പണിപ്പെട്ട് വായ് തുറന്നു. പക്ഷേ, അവർ സംസം വെള്ളത്തിനുപകരം ഒരു ട്യൂബ് വായിലൂടെ തൊണ്ടയിലേക്കിറക്കുകയാണ്. അരുത് എനിക്ക് കലിമ ചൊല്ലണം. ലാഹിലാഹാ ഇല്ലല്ലാഹ്. മുഹമ്മദുറസൂലല്ലാഹ് എന്ന കലിമ ചൊല്ലിക്കൊണ്ടുവേണം വിശ്വാസി അന്ത്യശ്വാസം വലിക്കാൻ. എങ്കിൽ മാത്രമേ വിചാരണനാളിൽ കർമപു

സ്തകം വലംകൈയിൽ ലഭിക്കുകയുള്ളൂ. കർമപുസ്തകം വലംകയ്യിൽ ലഭിച്ചവരാണ് വിജയം കൈവരിച്ചവർ. അവർക്കുള്ളതാണ് താഴ്ഭാഗത്തു കൂടി അരുവികൾ ഒഴുകുന്ന സ്വർഗപൂന്തോപ്പ്. ഓരോരുത്തരുടെയും പ്രവൃത്തികൾ വള്ളിപുള്ളി വിടാതെ രേഖപ്പെടുത്തുവാൻ മനുഷ്യരുടെ ഇടത്തും വലത്തും ഓരോ മലക്കുണ്ട്. മനുഷ്യർക്കു മറവി പറ്റിയേക്കാം. എന്നാൽ മലക്കുകൾക്കു മറവി പറ്റില്ല. മറവി പറ്റിയാൽ കൈയും കാലും നാവും വിചാരണദിവസം അവനെതിരായി സാക്ഷി പറയും. റബ്ബേ എന്റെ കർമപുസ്തകം വലംകൈയിൽ തരേണമേ. എന്റെ അവയവങ്ങൾ എനിക്കനുകൂലമായി സാക്ഷി പറയേണമേ. എന്റെ അവസാനവാക്ക് ലാഹിലാഹാ ഇല്ലല്ലാഹ് മുഹമ്മദുറസലുല്ലാഹ് എന്ന കലിമ ആയിരിക്കണമേ. എന്നെ നീ വലതുപക്ഷക്കാരിൽ ഉൾപ്പെടുത്തേണമേ. നരകത്തീയിൽനിന്നു മോചിപ്പിക്കേണമേ....ഇങ്ങനെയൊക്കെ അഞ്ചുനേരവും ഞാൻ അള്ളാഹുവിനോടും തേടാറുള്ളതല്ലേ....ഹജ്ജിനുപോയപ്പോൾ പ്രാർഥനയ്ക്ക് ഉത്തരംകിട്ടുന്ന അറഫാ മൈതാനത്തുവച്ച് ഉള്ളുരുകി തേടിയതല്ലേ....

ഡോക്ടർ പ്ലീസ്....നിങ്ങളീ ബഹളങ്ങളെല്ലാം അവസാനിപ്പിച്ച് എന്നെ എനിക്കു വിട്ടുതാ...ഞാനൊന്നു പ്രാർഥിക്കട്ടെ...എങ്കിലേ എന്റെ ഖബറിടത്തിൽ വെളിച്ചമുണ്ടാവുകയുള്ളൂ.....

എന്റെ നാവു മൊഴിയുന്നുണ്ടായിരുന്നു. കുഴൽ എന്റെ തൊണ്ടയിലൂടെ താഴ്ന്നുപോകുന്നു. എന്റെ ശ്വാസതടസം നീങ്ങുന്നു. പരവശത്തിനും കുറവുണ്ട്. എന്റെ ശരീരത്തിലെ അസ്വസ്ഥതകൾ കുറഞ്ഞെങ്കിലും മനസാകെ കലങ്ങി മറിഞ്ഞു. ഏതോ ഒരുൾഭീതി എന്നെ പൊതിഞ്ഞു. എന്തൊക്കെയോ പറയണമെന്നുണ്ട്. പക്ഷേ, നാവ് മരവിച്ചിരിക്കുന്നു.

"ആയിഷാ...നീ എന്നോടു പിണങ്ങിപ്പോവുകയാണോ?...?"ആരാ കരയുന്നത്....ഞാൻ കണ്ണുതുറക്കാൻ ശ്രമിച്ചു....വയ്യല്ലോ....മങ്ങിയ വെളിച്ചത്തിൽ എന്റെ ഭർത്താവിന്റെ മുഖം ഞാൻ തിരിച്ചറിഞ്ഞു. പെട്ടെന്നാരോ എന്റെ മാറിൽ വീണു തേങ്ങുന്നു.

.....ഉമ്മാ....എന്നെ കാണാതെ....എന്റെ മകൻ എന്നെ കെട്ടിപ്പിടിച്ചു കരഞ്ഞപ്പോൾ എനിക്കും സങ്കടം സഹിക്കാനായില്ല. കലിമചൊല്ലാൻ തുനിഞ്ഞ നാവിൽ വന്നത് 'മോനെ' എന്ന വിളിയാണ്. അവൻ പറ്റിക്കിടന്നു തേങ്ങിയപ്പോൾ എന്റെ മാറിൽ പാൽ ചുരന്നു. അവനെ പുൽകി ആശ്വസിപ്പിക്കാൻ കൈകൾ വെമ്പി. ഇല്ല മോനെ, നിന്നെ കാണാതെ ഉമ്മയ്ക്കെങ്ങനെ പോവാൻ കഴിയും? നിന്റെ ബാപ്പയോട് യാത്ര പറയാതെ ഞാൻ പോകുമോ...എന്റെ ചുണ്ടുകൾ ചലിക്കുന്നുണ്ടെങ്കിലും വാക്കുകൾ പുറത്തു വരുന്നില്ല.

"അഫ്സൽ....ഡോൺട് ഡിസ്റ്റേർബ് ഹെർ....വരൂ...." ആരോ എന്റെ മകനെ എന്നിൽനിന്നും അടർത്തിയെടുക്കുന്നു. അതിനിടയിൽ ഭർത്താവിന്റെ കണ്ണുനീരിൽ കുതിർന്ന മുത്തം എന്റെ നെറ്റിചുടുന്നു. റബ്ബേ...എനിക്കവരെ ആശ്വസിപ്പിക്കാൻ സാധിക്കുന്നില്ലല്ലോ......

"അങ്കിൾ എന്റെ ഉമ്മ....."

അഫ്സലിന്റെ തേങ്ങൽ അകന്നകന്നു പോകുന്നു.

ഒരുകൊല്ലം കഴിഞ്ഞിട്ടാണ് എന്റെ മകൻ എത്തിയിരിക്കുന്നത്. വന്നിട്ട് അവനോടൊരു വാക്കും ഉരിയാടാൻ എനിക്കായില്ലല്ലോ...മോനേ..... വാക്കുകൾ തൊണ്ടയിൽ കുരുങ്ങി. ഒരാഴ്ചയായി ഞാൻ അവനെ സ്വീകരിക്കാനുള്ള ഒരുക്കത്തിലായിരുന്നു. അവനിഷ്ടപ്പെട്ട പലഹാരങ്ങളെല്ലാം ഉണ്ടാക്കി കുപ്പികളിലടച്ചു. പുലർച്ചെ മൂന്നു മണിക്കെഴുന്നേറ്റ് പ്രാതൽ തയാറാക്കി. എയർപോർട്ടിൽ പോകാൻ ഒരുങ്ങിയതുമാണ്. അതിനിടയിൽ എന്താ സംഭവിച്ചത്? കണ്ണിൽ മയക്കമുണ്ടെങ്കിലും ശരീരം എന്റേതല്ലാതായെങ്കിലും ഇപ്പോൾ എന്റെ ചിന്തയ്ക്ക് തെളിച്ചമുണ്ട്. എന്റെ ശരീരം ആരുടെയോ തടങ്കലിലാണ്. അവർ എന്റെ ശരീരത്തിൽ നിരന്തരം സൂചികയറ്റുന്നുണ്ടെങ്കിലും എന്റെ ചിന്തയെ തടവിലാക്കാൻ അവർക്കു സാധിച്ചിട്ടില്ല.

അതേ....ഭർത്താവ് കുളി കഴിഞ്ഞെത്തുന്നതും കാത്ത് ഞാൻ താഴെ സ്വീകരണമുറിയിൽ ഇരിക്കുന്നു. അദ്ദേഹം ചായ കുടിച്ച് കാർഷെഡ്ഡിലേക്കു നടന്നപ്പോൾ ഞാൻ വിളക്കുകൾ ഓരോന്നായി അണച്ച് വീടിന്റെ താക്കോലുമായി ഉമ്മറത്തെത്തി.

ഡർ...ഭർ...എന്നു ശബ്ദമുണ്ടാക്കുന്നതല്ലാതെ കാർ സ്റ്റാർട്ടാവുന്നില്ല.

"നേരം കുറെ ആയി....ആറു മണിക്ക് ഫ്ളൈറ്റെത്തും" ഞാൻ അസ്വസ്ഥയായി.

"കാർ സ്റ്റാർട്ടാവുന്നില്ലല്ലോ..."

അദ്ദേഹം വിഷമിച്ച് ഇറങ്ങിവന്നു.

"ഇനിയിപ്പം എന്താ ചെയ്യുക? എത്ര നാളുകൊണ്ടു പറയുന്നു. ഈ തുക്കടാ വണ്ടിയൊന്നു മാറ്റാൻ."

ഞാൻ പതിവുപോലെ കുറ്റപ്പെടുത്തി.

"വർഷംതോറും വണ്ടിമാറ്റാൻ എനിക്ക് കള്ളക്കടത്തൊന്നുമില്ല."

"ഇപ്പം പുതിയ വണ്ടി വാങ്ങാൻ കള്ളക്കടത്തൊന്നും വേണ്ട. ബാങ്കിലൊന്നു വിളിച്ചു പറഞ്ഞാ ലോണിനുള്ള പേപ്പറുകൾ വീട്ടിലെത്തും."

"എന്നിട്ട് മാസംതോറും നീ പണമടയ്ക്കുമോ?"

"മോൻ അടച്ചോളാമെന്നു പറഞ്ഞതല്ലേ."

"അങ്ങനെ ആരുടെ ഔദാര്യവും എനിക്കു വേണ്ട."

"തിന്നുകയുമില്ല, തീറ്റിക്കുകയുമില്ല എന്നു പറഞ്ഞതു പോലെയാ."

"തന്നെ....ഞാൻ അങ്ങനെയൊക്കെത്തന്നെയാ...എന്തു ചെയ്തു കൊടുത്താലും കുറ്റം ബാക്കി...."

"രാവിലെ അടികൂടാൻ ഞാനില്ല. എയർപോർട്ടിൽ എത്താനുള്ള വഴി നോക്കട്ടെ."

എന്നു പറഞ്ഞുകൊണ്ട് ഞാൻ അകത്തേയ്ക്ക് നടന്നു.

"ഫോൺ വിളിച്ചു പറഞ്ഞാൽ ടാക്സി ഇപ്പമിങ്ങെത്തും." എന്നെ ആശ്വസിപ്പിക്കാനെന്നോണം പറഞ്ഞത് എന്നെ ഈറ പിടിപ്പിക്കുകയാണു ചെയ്തത്.

"കാശെത്ര കൊടുക്കണമെന്നറിയ്യോ?"

എന്റെ ശബ്ദം ഉയർന്നോ?

“കാശു പിന്നെ ചെലവാക്കാനുള്ളതല്ലേ?”

“ഇങ്ങനെ വേണ്ടാത്ത വഴിക്കു ചെലവാക്കുന്നതിൽ പിശുക്കില്ല. ഈ ലൊടുക്കൂസ് കാറിന് മാസംതോറും എത്രയാ ചെലവാക്കുന്നത്? അന്നേരംകൊണ്ട് പുതിയൊരു കാറു വാങ്ങാമെന്നു പറഞ്ഞാൽ കേൾക്കില്ല.”

“ഇക്കണക്കിന് ഞാൻ പഴയതായിപ്പോയെന്നു പറഞ്ഞ് നീ എന്നേയും മാറ്റുമല്ലോ.”

“മാറ്റണമെന്നുണ്ട്. പക്ഷേ, നിവൃത്തിയില്ലല്ലോ....”അരിശം തലയിൽ കയറിയപ്പോൾ ഞാനും വിട്ടുകൊടുത്തില്ല.

അദ്ദേഹം നിന്നു തുള്ളുന്നതിനിടയിൽ ഞാൻ അകത്തു പോയി എന്റെ സഹോദരനെ ഫോൺ ചെയ്തു കാറുമായി എത്താൻ പറഞ്ഞു.

“ഇക്ക കാറുമായി ഇപ്പളെത്തും.”

ഉമ്മറത്തുനിന്ന് എന്നെ ശകാരിച്ചുകൊണ്ടിരിക്കുകയായിരുന്ന ഭർത്താവിനോടു ഞാൻ പറഞ്ഞു.

“നിങ്ങടെ സഹായമൊന്നും ഇവിടാർക്കും വേണ്ട. ഞാൻ ടാക്സി പിടിച്ചു പോയ്ക്കൊളാം.”

അതിനിടയിൽ ടാക്സി വീട്ടുമുറ്റത്തെത്തുകയും ചെയ്തു. എന്നെ ശകാരിക്കുന്നതിനിടയിൽ മൊബൈലിൽ വിളിച്ചിരിക്കും.

“ഒറ്റയ്ക്കങ്ങുപോയാ മതി.”

എന്റെ വാക്കുകൾ ഇടറി.

എനിക്ക് അപ്പോഴേക്കും വല്ലാത്തൊരസ്വസ്ഥത തോന്നുന്നുണ്ടായിരുന്നു. വല്ലാത്ത തലവേദന. വേദനയല്ല. തല അവിടവിടെ ആരോ പിടിച്ചമർത്തുന്നതുപോലെ. ബിപി കൂടിയതായിരിക്കും. ബിപിക്കു സ്ഥിരമായി ഗുളിക കഴിക്കുന്നുണ്ട്.

“വരുന്നില്ലെങ്കിൽ വരണ്ട.”

എന്നുപറഞ്ഞ് അദ്ദേഹം കാറിൽ കയറി പോയപ്പോൾ എന്റെ തല പെരുപ്പു പെട്ടെന്നു കൂടി. മൂപ്പരങ്ങനെയാണ്. വാശി കയറിയാൽ മുൻപിൻനോട്ടമില്ല. എന്നാലും, ഇത് ഞാൻ പ്രതീക്ഷിച്ചിരുന്നില്ല. അദ്ദേഹം നിർബന്ധിച്ചാൽ ബിപി യുടെ ഗുളിക കഴിച്ചിട്ടുപോകാമെന്നായിരുന്നു കരുതിയത്. പക്ഷേ,.....അപ്പോഴേയ്ക്ക് എനിക്ക് ദേഹമാകെ തളരുന്നതുപോലെ, കൈയ്ക്ക് കഠിനമായ വേദന. എന്റെ ശരീരം വിയർപ്പിൽ മുങ്ങി. അകത്തേക്കു കയറി ഒന്നു കിടക്കണമെന്നുണ്ട്. പക്ഷേ, ശരീരം പഴന്തുണിപോലെ കുഴഞ്ഞുപോകുന്നു. റബ്ബേ...എങ്ങനെയോ കസേരയിലിരുന്നു. അല്ല വീണു...

“ആയിഷാ....”

ഇക്കയുടെ സ്വരം ഞാൻ തിരിച്ചറിഞ്ഞു...

എനിക്കൊന്നും മിണ്ടാനായില്ല.

വീണ്ടും കൈയിലൊരു സൂചി കയറിയപ്പോൾ എന്റെ ചിന്തയുടെ ചരടു മുറിഞ്ഞു. ഏതോ ഇരുണ്ട ഗർത്തത്തിലേക്കു താഴ്ന്നുപോവുന്ന

തുപോലെ ഒരു പിടിവള്ളിപോലും എങ്ങും കാണുന്നില്ല. എന്നെ ആരൊക്കെയോ കെട്ടിത്താഴ്ത്തുന്നു. പാറക്കല്ലിൽ തട്ടിയും മുട്ടിയും താഴുന്നു. ഇപ്പോൾ മണ്ണിന്റെ മണം. നനവുണ്ടല്ലോ.... ഒരിറ്റുമില്ല വെളിച്ചം. ടപ്പ്... താഴെ എത്തിയല്ലോ...ചരൽമണ്ണിലാണല്ലോ ഞാനിപ്പോൾ കിടക്കുന്നത്. ചരൽക്കല്ലുകൾ അവിടവിടെ കുത്തിത്തറയ്ക്കുന്നു. അറഫാ മൈതാനത്തെ ടെന്റിൽ ഇതുപോലെ ചരലുകളുടെ പുറത്ത് കരിമ്പടം വിരിച്ച് ഒരുദിവസം കിടന്നിരുന്നു. പക്ഷേ, അവിടെ നിറയെ വെളിച്ചമായിരുന്നു. ഇവിടെ ഇരുട്ടു മാത്രം. എന്റെ ശരീരം നനയുന്നല്ലോ. കൃമികളും പുഴുക്കളും എന്റെ ദേഹത്തിൽ അരിച്ചു നടക്കുന്നല്ലോ....എന്റെ രക്ഷയ്ക്ക് ആരുമില്ലേ...യാ ഇലാഹീ..ഒരിറ്റു വെളിച്ചം.....

"പേടിക്കേണ്ട ഞങ്ങളുണ്ട് കൂട്ടിന്."

"ആരാ നിങ്ങൾ?"

"മുൻകറും നകീറും. നിന്നെ ചോദ്യം ചെയ്യാൻ എത്തിയതാണ്. ഞങ്ങളുടെ ചോദ്യങ്ങൾക്ക് ശരിയുത്തരം നൽകിയവർക്കേ അവരുടെ കർമപുസ്തകം വലംകൈയിൽ കിട്ടുകയുള്ളൂ. ഒരു യഥാർഥ വിശ്വാസി ഇതെല്ലാം മുൻകൂട്ടി അറിഞ്ഞിരിക്കുമല്ലോ..."

അവരുടെ വാക്കുകളിലെ കാരുണ്യം എന്റെ ഭയം ഒട്ടൊന്നു കുറച്ചു.

അവർ എന്റെ ഇടതും വലതും നിന്നു.

ഇപ്പോൾ എനിക്ക് അവരുടെ സ്വരം വ്യക്തമായി കേൾക്കാം.

"ആയിഷാ...."

"എന്റെ പേരെങ്ങനെ അറിയാം?"

"ലോകത്താകമാനമുള്ള മനുഷ്യരുടെയും പേരുകൾ ഞങ്ങളുടെ പുസ്തകത്തിലുണ്ട്. ഓരോ ഏടു ചീന്തുമ്പോഴും ഞങ്ങൾക്ക് വിവരം കിട്ടും. നീ, ഞങ്ങൾ ചോദിക്കുന്നതിന് ഉത്തരം പറഞ്ഞാൽ മതി. ഇതാണ് ആദ്യപരീക്ഷണം. നിന്റെ കർമപുസ്തകം വലംകൈയിൽ കിട്ടാനുള്ള ആദ്യത്തെ കടമ്പയാണ് ഇതെന്നു മറക്കണ്ട.

മൻ റബ്ബുക്ക?

മൻ റസൂലുക്ക?

മൻ ദീനുക്ക?

ചോദ്യശരങ്ങൾ...... മരിച്ചു ഖബറിലെത്തിയാൽ മലക്കുകളായ മുൻകറും നകീറും ചോദ്യം ചെയ്യാനെത്തുമെന്ന് ഓത്തുപള്ളിയിലെ ഉസ്താദ് പഠിപ്പിച്ചിരുന്നു. കുട്ടിക്കാലത്ത് നിസ്കരിക്കാൻ മടികാണിച്ചാലും ഓത്തുപള്ളിയിൽ പോകാതെ കള്ളസൂക്കേട് ഭാവിച്ചാലും ഉമ്മയും ഇക്കാര്യം പറഞ്ഞു പേടിപ്പിക്കാറുണ്ടായിരുന്നു.

"ചോദിച്ചതു കേട്ടില്ലേ..."

മലക്കുകൾ തിരക്കുകൂട്ടുന്നു.

"വേഗം പറയൂ....തിടുക്കമുണ്ട്.

പാക്കിസ്ഥാനിലും കാശ്മീരിലും ഭൂകമ്പം. അമേരിക്കയിൽ കത്രീന, റീത്താ പലയിടങ്ങളിലായി സ്ഫോടനങ്ങൾ, ചാവേർ ആക്രമണങ്ങൾ....,

യുദ്ധങ്ങൾ, മതത്തിന്റെ പേരിൽ നിഷ്കളങ്കരെ കൊന്നൊടുക്കുന്ന ഭീകരർ,തീവണ്ടി അപകടങ്ങൾ, വാഹനാപകടങ്ങൾ, സ്വാഭാവികമരണങ്ങൾ ധാരാളം...നിന്നു തിരിയാൻ നേരമില്ല. ഓരോരുത്തർക്കും നിശ്ചിതസമയം അനുവദിച്ചിട്ടുണ്ട്. അതിനുള്ളിൽ ശരിയുത്തരം നൽകുന്നവരാണ് വലതുപക്ഷക്കാർ. നിന്റെ സമയം ആരംഭിക്കുന്നു."

"മൻ റബ്ബുക്ക?"

"ആകാശത്തെയും ഭൂമിയെയും ജിന്നിനെയും ഇൻസിനെയും ഈ ലോകത്തെ സകല ചരാചരങ്ങളെയും പടച്ച ആലം ഉടയവനാണ് എന്റെ റബ്ബ്. അവൻ ഏകനാകുന്നു. അവനു സന്താനമില്ല. അവൻ ആരുടെയും സന്താനവുമല്ല..,"

ഞാൻ ഒരുവിധം പറഞ്ഞു.

എന്റെ ഒച്ച പുറത്തുവരുന്നുണ്ടോ ആവോ?

"മൻ റസൂലുക്ക?"

ഞാൻ പറഞ്ഞത് അവർ കേട്ടിരിക്കുന്നു. അതുകൊണ്ടാണല്ലോ അടുത്ത ചോദ്യത്തിലേക്കു കടന്നത്.

"അള്ളാഹുവിന്റെ അന്ത്യദൂതനായ മുഹമ്മദുമുസ്തഫ റസൂലുല്ലാഹി അലൈവസല്ലം...."

ശരിയുത്തരം പറയാൻ കഴിഞ്ഞതോടെ എന്റെ വാക്കുകൾക്ക് സ്ഫുടത.

"മൻ ദീനുക്ക?"

"ഏക ദൈവത്തിൽ വിശ്വസിക്കുന്ന ഇസ്ലാം ദീൻ...."

എന്നെ മുഴുമിപ്പിക്കാൻ അനുവദിക്കാതെ അടുത്ത ചോദ്യം.

"മൻ ഇമാമുക്ക?"

"ലോകർക്ക് വെളിച്ചം വീശാനായി ജിബിരീൽ വഴി മുഹമ്മദുനബിക്ക് അള്ളാഹു ഇറക്കിയ വേദഗ്രന്ഥമായ *ഖുർആൻ*. നല്ലത് സ്വീകരിക്കാനും തിയ്യതു വെടിയാനും....."

ഞാൻ ശ്വാസം വിടാതെ പറഞ്ഞുകൊണ്ടിരിക്കുന്നതിനിടയിൽ അവർ അപ്രത്യക്ഷരായി. ഞാൻ പതുക്കെ കണ്ണു തുറന്നു. ഇപ്പോൾ എനിക്കു ചുറ്റും ഇരുട്ടില്ല. പാൽവെളിച്ചം. എന്റെ തലയിൽ പാപഭാരമില്ല. ശരീരത്തിൽ വിലങ്ങുകളില്ല. എനിക്കിപ്പോൾ ശ്വാസതടസമില്ല. തൊണ്ട വരളുന്നുണ്ടെങ്കിലും കൃമികളരിക്കുന്നില്ല. കൈയും കാലും അനങ്ങുന്നുണ്ടോ? ഒരു വെളുത്ത രൂപം എന്റെ മുന്നിൽ ഇരുന്ന് ഉറക്കം തൂങ്ങുന്നു. ഇപ്പോൾ ഞാൻ കാണുന്നതിനെല്ലാം തൂവെള്ള നിറം. എന്റെ ഒച്ച പുറത്തു കേൾക്കുമോ.....?

"ഓ ഗോഡ്.....ഇറ്റ് ഈസ് റിയലീ എ മിറക്കിൾ....അവർ കണ്ണു തുറന്നല്ലോ."

അതേ...എനിക്കിപ്പോൾ എല്ലാം കാണാം, കേൾക്കാം....

www.ingramcontent.com/pod-product-compliance
Ingram Content Group UK Ltd.
Pitfield, Milton Keynes, MK11 3LW, UK
UKHW011346160826
14477UKWH00022B/291

9 789383 155811